सावित्रीबाई फुले पुणे विद्यापीठाच्या प्रथम वर्ष कला शाखेच्या (F.Y.B.A.)
२०१३-१४ च्या सुधारित अभ्यासक्रमानुसार लिहिलेले क्रमिक पुस्तक;
तसेच महाराष्ट्रातील इतर सर्व विद्यापीठांना उपयुक्त.

I0556379

आधुनिक भारतीय राजकीय विचार
Modern Indian Political Thought

डॉ. वैशाली पवार

डायमंड पब्लिकेशन्स

आधुनिक भारतीय राजकीय विचार
डॉ. वैशाली पवार

Adhunik Bhartiya Rajkiya Vichar
Dr. Vaishali Pawar

प्रथम आवृत्ती : जुलै २०१४

ISBN 978-81-8483-539-7

© डायमंड पब्लिकेशन्स

मुखपृष्ठ
शाम भालेकर

प्रकाशक
डायमंड पब्लिकेशन्स
२६४/३ शनिवार पेठ, ३०२ अनुग्रह अपार्टमेंट
ओंकारेश्वर मंदिराजवळ, पुणे-४११ ०३०
☎ ०२०-२४४५२३८७, २४४६६६४२

info@diamondbookspune.com
www.diamondbookspune.com

प्रमुख वितरक
डायमंड बुक डेपो
६६१ नारायण पेठ, अप्पा बळवंत चौक
पुणे-४११ ०३० ☎ ०२०-२४४८०६७७

प्रस्तावना

राज्यशास्त्र विषयाचा अभ्यासक्रम दर तीन वर्षांनी पदवीस्तरावर बदलतो. महाराष्ट्रातील सर्वच विद्यापीठांमध्ये आधुनिक भारतीय राजकीय विचार हा पेपर आहे. त्यामुळे आधुनिक भारतीय राजकीय विचार या पेपरसाठी उपयुक्त ठरणारे हे अभ्यास साहित्य आहे. हे पुस्तक तयार करण्याचा मुख्य उद्देश विद्यार्थ्यांना विषय समजावा हा आहे. त्यामुळे विषय सोपा करण्याचा हा एक प्रयत्न केला गेला आहे.

राज्यशास्त्र हा विषय सामाजिक शास्त्रांपैकी एक आहे. परंतु, हा विषय सर्वसामान्य स्वरूपाचा नाही, त्यामध्ये राजकीय विचार ही उपविद्याशाखा अत्यंत महत्त्वाची आहे. या उपविद्याशाखेची ओळख या पेपरच्या माध्यमातून होण्यासाठी हा अभ्यासक्रम मदत करेल.

महात्मा जोतिबा फुले, न्यायमूर्ती महादेव गोविंद रानडे, लोकमान्य बाळ गंगाधर टिळक, महात्मा गांधी, डॉ. बाबासाहेब आंबेडकर, मानवेंद्रनाथ रॉय, स्वातंत्र्यवीर वि. दा. सावरकर, अबुल कलाम आझाद या आठ आधुनिक भारतीय राजकीय विचारवंतांच्या राजकीय विचारांचा यामध्ये समावेश केलेला आहे. या विचारवंतांनी मांडलेले विचार हे त्या त्या काळानुसार मांडलेले विचार आहेत. यातील काही विचार आज कालबाह्य झालेले असतील परंतु, काही मूलभूत विचार आजही उपयुक्त ठरतात. या विचारवंतांचे नेमके विचार कोणते होते? कोणत्या सामाजिक व राजकीय परिस्थितीवर आधारित त्यांनी आपले विचार मांडलेले आहेत? व त्याची समकालीन उपयुक्तता काय आहे या संदर्भात राजकीय विचारांचा अभ्यास या पेपरच्या माध्यमातून करता येतो.

हे सर्व विचारवंत केवळ विचार किंवा सिद्धान्त मांडत नव्हते, तर प्रत्यक्ष कार्य करण्यामध्ये त्यांचा सहभाग होता. या सर्व विचारवंतांच्या विचारांचा मूळ हेतू समाज व्यवस्थेमध्ये सामाजिक सुधारणा घडवून आणणे हा होता. आधुनिक भारतामध्ये जे विचार, सिद्धान्त मांडले गेले ते समजून घेणे हा या पेपरचा हेतू आहे. भारताच्या जडण-घडणीमध्ये या सर्व विचारांची भूमिका अत्यंत महत्त्वपूर्ण आहे. बहुजन समाजाला शिक्षणाचा हक्क व शोषणातून मुक्ती मिळवून देण्यासाठी महात्मा फुलेंनी मांडलेला विचार आजही उपयुक्त वाटतो. न्यायमूर्ती रानडे यांना महाराष्ट्राचे सॉक्रेटिस म्हटले जाते. भारतीय लोकांच्या अवनतीला जबाबदार असणाऱ्या घटकांची कारणमीमांसा

करण्याबरोबरच उदारमतवादी विचारांद्वारेच भारताचा सर्वांगीण विकास घडून येईल असा रानडेंचा विचार महत्त्वाचा आहे. टिळकांचा राष्ट्रवादी विचार व चतु:सूत्रीचा कार्यक्रम, महात्मा गांधींचा सत्याग्रह, अहिंसेचा विचार, डॉ. बाबासाहेब आंबेडकरांचा जातनिर्मूलनाबाबतचा विचार, एम. एन. रॉय यांचा मूलग्राही मानवतावाद, वि. दा. सावरकरांचा हिंदुत्वाचा विचार तर अबुल कलाम आझाद यांचे हिंदू-मुस्लीम ऐक्याबाबतचे विचार आजच्या परिस्थितीनुसारदेखील समजून घेता येतात. विद्यार्थ्यांना राजकीय विचारांचा अभ्यास कसा करावयाचा? ते समजून कसे घ्यायचे यासाठी हे पुस्तक मार्गदर्शक ठरेल.

राज्यशास्त्राच्या विद्यार्थ्याशिवाय स्पर्धा परीक्षांची तयारी करणारे विद्यार्थी, चळवळीतील कार्यकर्ते, प्रसारमाध्यमांचे प्रतिनिधी या सर्वांना हे राजकीय विचार समजून घेण्यासाठी हे पुस्तक उपयोगी ठरणार आहे.

हे अभ्यास साहित्य तयार करण्यासाठी प्रा. राजेंद्र व्होरा, प्रा. यशवंत सुमंत, प्रा. सुहास पळशीकर, प्रा. अशोक चौसाळकर, प्रा. भारती पाटील, प्रा. भा. ल. भोळे यांच्या साहित्यांचा उपयोग केला आहे. हे अभ्यास साहित्य असल्याने त्यांनी मांडलेले मुद्दे या पुस्तकात आले आहेत. त्याबद्दल त्यांचे आम्ही आभारी आहोत. याशिवाय असे वेगळ्या पद्धतीचे साहित्य छापण्याची जबाबदारी डायमंड पब्लिकेशन्सचे श्री. दत्तात्रेय पाष्टे यांनी घेतली. त्याबद्दल मी त्यांची आभारी आहे.

डॉ. वैशाली पवार

लेखक परिचय

डॉ. वैशाली प्रकाश पवार

(एम.ए., एम.फिल., पीएच.डी.)

पुणे विद्यापीठातील 'राज्यशास्त्र व लोकप्रशासन विभाग' येथून पदव्युत्तर एम.ए.चे शिक्षण पूर्ण केले. 'पिंपरी-चिंचवड शहराचे राजकारण' हा विषय घेऊन एम.फिल. पदवी मिळवली. तसेच त्यानंतर 'पश्चिम महाराष्ट्रातील महापालिकांचे राजकारण' या विषयाचा सखोल अभ्यास करून पुणे विद्यापीठातर्फे पीएच.डी. ही पदवी प्राप्त केली.

अखिल भारतीय मराठा शिक्षण परिषदेचे श्री. शाहू मंदिर महाविद्यालय, पर्वती, पुणे येथे सध्या राज्यशास्त्र व लोकप्रशासन या विषयाच्या विभागप्रमुख म्हणून या कार्यरत आहेत. 'महाराष्ट्राचे राजकारण : राजकीय प्रक्रियेचे स्थानिक संदर्भ' या संदर्भ पुस्तकात 'पश्चिम महाराष्ट्रातील महापालिकांचे राजकारण' या विषयावर लेख. 'वसा यशवंतरावांचा, वारसा शरदरावांचा' या पुस्तकात 'शहरी विकासाचे राजकारण' या विषयावर लेख. 'महिलांच्या सत्तासंघर्षाचा आलेख' हे पुस्तक प्रकाशित. समाजप्रबोधन पत्रिका, पुरोगामी सत्यशोधक व परिवर्तनाचा वाटसरू या मासिकांमध्ये निवडणूकविषयक लेख प्रसिद्ध झाले आहेत.

महाराष्ट्र विधानसभा पातळीवरील महिला नेतृत्वाचा अभ्यास हा बीसीयुडी, पुणे विद्यापीठ यांच्या सहकार्याने मायनर संशोधन प्रकल्प पूर्ण केला आहे.

अनुक्रम

प्रस्तावना
लेखक-परिचय

विभाग-१

विभाग-२

प्रकरण १

जोतिबा फुले (१८२७-१८९०)
(Jyotiba Phule)

अ) **मूलग्राही किंवा जहाल उदारमतवाद (Radical Liberalism)**

ब) **ब्राह्मण्यवाद व सावकार यावरील टीका (Critique of Brahmanism and Moneylenders)**

क) **शूद्र-अतिशूद्र व महिला-मुक्तीबाबतचे विचार (Views on emancipation of Shudra-Atishudra and Women)**

ड) **सार्वजनिक सत्यधर्माचे तत्त्व (Doctrine of Sarvajnik Satyadharma)**

अल्प परिचय

महात्मा जोतिबा फुले यांचा जन्म १८२७ मध्ये झाला. १८४८ साली त्यांनी अस्पृश्य मुला-मुलींसाठी शाळा काढली. १८५१ साली मुलींसाठी स्वतंत्र शाळा काढली. २४ सप्टेंबर १८७३ रोजी महात्मा फुले यांनी सत्यशोधक समाजाची स्थापना केली. 'सार्वजनिक सत्यधर्म', 'शेतकऱ्यांचा आसूड' यासारख्या ग्रंथांचे त्यांनी लेखन केले. २९ नोव्हेंबर १८९० रोजी त्यांचे निधन झाले.

महात्मा फुले यांनी शूद्र-अतिशूद्र, महिला यांच्या शोषणमुक्ती बाबतचे विचार मांडले. तसेच या सर्व घटकांच्या शोषणाला जबाबदार असणाऱ्या ब्राह्मणवाद याबाबत विचार मांडले. अस्तित्वात असलेली हिंदूधर्माची रचना नाकारली व सार्वजनिक सत्यधर्माच्यारूपाने समाजव्यवस्थेला शोषणमुक्त असलेली नवी समाजरचना देण्याचा प्रयत्न म. फुलेंनी केला. महाराष्ट्रामध्ये एकोणिसाव्या शतकामध्ये जी उदारमतवादी परंपरा निर्माण झाली होती त्यापैकी क्रांतिकारक किंवा जहाल उदारमतवादाच्या प्रवाहामध्ये महात्मा फुलेंचा समावेश होतो. फुलेंनी मवाळ धोरणाला जाणिवपूर्वक

नकार देत जहाल धोरणाचा स्वीकार केलेला दिसतो. तसेच त्यांनी अभिजनवादास विरोध केलेला दिसतो. महात्मा फुलेंच्या संपूर्ण लिखाणामध्ये ब्राह्मणांच्या नेतृत्वामुळे या समाजाची व शूद्रांची परिस्थिती किती वाईट व हलाखीची झाली आहे हे मांडलेले आहे. महात्मा फुलेंच्या जहाल उदारमतवादी विचारांवर पाश्चिमात्य विचारवंत थॉमस पेनच्या उदारमतवादी विचारांचा प्रभाव पडलेला दिसतो.

अ) मूलग्राही किंवा जहाल उदारमतवादाबाबतचे विचार

प्रस्तावना

महात्मा फुले यांनी मांडलेल्या उदारमतवादाला 'मूलग्राही' किंवा 'जहाल उदारमतवाद' असे म्हणतात. या उदारमतवादावरती थॉमस पेन या विचारवंताच्या विचारांचा प्रभाव दिसतो. ब्राह्मणी वर्चस्वाला नकार देत, सार्वजनिक सत्यधर्माचा स्वीकार फुले करतात. व्यक्तिस्वातंत्र्याला महत्त्व देतात. तसेच शूद्र, अतिशूद्र व महिला यांनादेखील शिक्षण मिळाले पाहिजे असा आग्रह धरतात.

१) थॉमस पेनच्या उदारमतवादी विचारांचा प्रभाव व स्वीकार

महात्मा फुले यांनी जो जहाल किंवा क्रांतिकारी उदारमतवादी विचार मांडला त्या विचारावर थॉमस पेन या उदारमतवादी विचारवंताच्या 'राईट्स ऑफ मॅन' या ग्रंथाचा प्रभाव पडलेला दिसतो. या ग्रंथाने महात्मा फुलेंच्या संपूर्ण जीवनाची दिशा बदलून टाकली. फुलेंच्या संपूर्ण लिखाणात सतत थॉमस पेनचा उल्लेख येतो. यामधून महात्मा फुले यांना थॉमस पेनबद्दल प्रचंड आदर होता हे स्पष्ट होते. महात्मा फुलेंनी लिहिलेले 'सार्वजनिक सत्यधर्म' हे पुस्तक म्हणजे फुलेंनी मांडलेले संपूर्ण तत्त्वज्ञानाचे सार होय. महात्मा फुलेंच्या विचारांची मूलभूत तात्त्विक बैठक कोणती होती हे या पुस्तकावरून समजते. मानवाबद्दलची त्याची कल्पना तसेच आदर्श समाजव्यवस्थेबाबतचा त्यांचा विचार या पुस्तकात सविस्तरपणे मांडलेला आहे. महात्मा फुलेंना जो नवा समाज निर्माण करावयाचा होता तो कोणत्या तत्त्वांवर आधारलेला असेल याचे संपूर्ण वर्णन 'सार्वजनिक सत्यधर्म' या पुस्तकात आढळते. महात्मा फुलेंच्या या पुस्तकावर थॉमस पेनच्या विचारांचा प्रभाव स्पष्टपणे जाणवतो.

अ) थॉमस पेन यांनी त्यांच्या पुस्तकात जे विचार मांडले ते विचार महात्मा फुलेंनी स्वीकारलेले दिसतात. महात्मा फुले यांनी असे म्हटले आहे की, या जगातील सर्व प्राणिमात्रांची निर्मिती ही निर्मिकाने केली आहे. यातील सर्व स्त्री-पुरुष हे स्वतंत्र आहेत आणि सर्व हक्क उपभोगण्यास समर्थ आहेत. थॉमस पेन यांनी देखील असे म्हटले आहे की, मेकरने सर्व प्राण्यांची निर्मिती केली आहे. हक्क नैसर्गिक व दैवी आहेत.

थॉमस पेनच्या मेकर या इंग्रजी शब्दाऐवजी महात्मा फुलेंनी 'निर्मिक' किंवा 'निर्माणकर्ता' हा शब्दप्रयोग वापरला आहे. सर्व मानव जन्मत:च स्वतंत्र व समान असतात हे महात्मा फुल्यांच्या विचारांचे सार थॉमस पेनच्या विचारांत आढळते. महात्मा फुलेंनी हा विचार थॉमस पेनकडून स्वीकारलेला दिसतो.

ब) निर्मिकाने या पृथ्वीतलावरील सर्व स्त्री-पुरुषांना सर्व मानवी हक्क दिलेले आहेत. कोणताही मानव किंवा मानवी गट व्यक्तीवर जबरदस्ती करू शकत नाही. निर्मिकाने सर्व स्त्री-पुरुषांना विचार व अभिव्यक्तीचे स्वातंत्र्य दिलेले आहे; तसेच निर्मिकाने सर्व स्त्री-पुरुषांना धार्मिक व राजकीय स्वातंत्र्य दिलेले आहे. ज्याच्या-त्याच्या योग्यतेनुसार ज्याला-त्याला सरकारी नोकरीमध्ये जागा मिळाली पाहिजे. निर्मिकाने निर्माण केलेल्या सर्व वस्तूंचा उपभोग घेण्याचा सर्वांना समान हक्क आहे. कायद्यासमोर सर्व व्यक्ती समान आहेत. ही उदारमतवादाची जी तत्त्वे महात्मा फुल्यांनी सत्यधर्माची तत्त्वे म्हणून सांगितली आहेत त्यावर थॉमस पेनच्या नैसर्गिक हक्क व प्रातिनिधिक शासनव्यवस्था या दोन सिद्धान्तांचा प्रभाव पडलेला दिसतो.

क) थॉमस पेनने असे म्हटले आहे की, जगातील कोणत्याही शासनपद्धतीचा उद्देश समाजाचे हित साधणे हाच असतो. याउलट, जर एखादी शासनसंस्था एखाद्या समाजातील गटाचे शोषण वाढवत असेल तर त्यामध्ये सुधारणा घडवून आणली पाहिजे. उमरावशाही, राजेशाही हे शासनसंस्थेचे प्रकार गरीब जनतेवर अन्याय, अत्याचार करतात. गरीब जनतेवर कर लादून त्यांच्याकडून ते जबरदस्तीने वसूल करतात व प्रचंड श्रीमंत होतात. या पैशांचा वापर या शासनसंस्थेने सामान्य जनतेच्या हितासाठी करणे गरजेचे असते; परंतु या शासनसंस्था या पद्धतीने कार्य करीत नाहीत, म्हणून थॉमस पेनने उमरावशाही, राजेशाही या शासनसंस्थांवर टीका केली व प्रजासत्ताक लोकशाही किंवा प्रातिनिधिक पद्धतीचा स्वीकार केला. महात्मा फुलेंच्या उदारमतवादी विचारांवर थॉमस पेनच्या या विचारांचा प्रभाव दिसतो. महात्मा फुले म्हणतात, हिंदू समाजव्यवस्था ही एका वर्गाचे म्हणजे ब्राह्मण वर्गाचेच हित जपते. हिंदू पुराणे व इतिहास म्हणजे ब्राह्मणी वर्चस्वाचा इतिहास आहे. सरकारी सेवा, सामाजिक संस्था, शिक्षण संस्था, सामाजिक संघटना, सामाजिक सुधारणा या सर्व गोष्टींवर ब्राह्मण वर्गाचे वर्चस्व किंवा नियंत्रण आहे. सामान्यजनतेकडून कररूपाने पैसे घेऊन ब्राह्मण वर्गाच्या हितासाठी किंवा राज्यकर्त्या वर्गाच्या चैनीसाठी वापरणे चुकीचे आहे असे महात्मा फुलेंनी त्या वेळच्या शासनसंस्थेबद्दल मत मांडले होते. यावरून असे म्हणता येते की, महात्मा फुले यांनी थॉमस पेनच्या क्रांतिकारक उदारमतवादाचा विचार स्वीकारला होता. जगभरामध्ये मांडल्या गेलेल्या जहाल, क्रांतिकारक उदारमतवादाची तत्त्वे महात्मा फुले एकोणिसाव्या शतकात संपूर्ण देशात व महाराष्ट्रात अमलात आणण्याचा प्रयत्न करीत होते. येथील

समाज व शासनसंस्थेला जहाल उदारमतवादी विचार लागू करण्याचा प्रयत्न महात्मा फुलेंनी एकोणिसाव्या शतकात केलेला दिसतो.

२) धार्मिक सुधारणा

महात्मा फुले यांनी सत्यशोधक समाजाच्या माध्यमातून एकेश्वरवादाचा पुरस्कार केला. महात्मा फुले यांनी हिंदुधर्म नाकारला; हिंदू धर्माच्याऐवजी सार्वजनिक सत्यधर्म किंवा सत्यशोधक समाजाची स्थापना त्यांनी केलेली दिसते. याचा अर्थ महात्मा फुले केवळ हिंदू धर्मावरती टीका करण्याचे काम करीत नाहीत तर हिंदू धर्माला पर्याय असणारा सत्यशोधक समाज हा नवा विचार ते देताना दिसतात. सत्यशोधक समाजाच्यामार्फत पूर्णपणे हिंदुपरंपरेपासून तुटलेला समाज महात्मा फुलेंना एकत्र करावयाचा होता. हिंदुधर्म, त्यातील पुराणे, इतिहास, पवित्र ग्रंथ यांच्यावर महात्मा फुले यांनी अतिशय परखड व जहाल भाषेत टोकाला जाऊन टीका केलेली दिसते. हिंदुधर्माचा व समाजाचा इतिहास म्हणजे ब्राह्मणी वर्चस्वाचा व शूद्रांच्या गुलामगिरीचा इतिहास आहे हे महात्मा फुले यांनी मांडले व ते सिद्ध करण्याचा देखील प्रयत्न केलेला दिसतो. हिंदूंच्या पवित्र ग्रंथांमधून खरा धर्म सांगितलेला नाही याउलट कावेबाजपणा, स्वार्थ व धूर्तपणाच आहे असे स्पष्ट मत महात्मा फुले मांडतात. त्यांनी सार्वजनिक ईश्वरप्रणीत सत्याची तुलना वेदांशी करून वेदांवर टीका केली आहे. इतर समाजसुधारकांनी हिंदुधर्माच्या तत्कालिक स्थितीवर टीका केली होती याउलट महात्मा फुलेंनी हिंदूंचा इतिहास पहिल्यापासूनच ब्राह्मणांनी शूद्रांना फसविण्याचा इतिहास आहे असे म्हटले आहे. अवतारकल्पना व पवित्र देवतांच्यावर त्यांनी टीका केली. महात्मा फुले यांनी जातिव्यवस्थेवर मोठ्या प्रमाणावर टीका केली; त्यांच्या मते, हिंदु धर्मातील जातिव्यवस्था ही शूद्रांना फसविण्यासाठी व गुलामगिरीत ठेवण्यासाठी ब्राह्मणांनी रचलेले षड्यंत्र आहे. महात्मा फुले यांनी न्यायमूर्ती महादेव गोविंद रानडे यांच्या उदारमतवादी विचारांवरदेखील टीका केली. न्या.रानडेंनी जो उदारमतवादी विचार मांडला तो मवाळ होता. रानडे हिंदुधर्माच्या चौकटीत राहूनच धर्मसुधारणा करू पाहत होते. त्यांना हिंदुधर्म परंपरांचा अभिमान होता. हिंदुधर्मामध्ये सुधारणा घडवून आणण्यासाठी न्यायमूर्ती रानडे यांनी प्रार्थना समाजाची स्थापना केली होती. ज्या संतांविषयी न्यायमूर्ती रानडे यांना आदर होता त्यांच्यावरही महात्मा फुले यांनी टीका केलेली दिसते. रानडेप्रणीत प्रार्थना समाज हा धूर्त व कावेबाज आहे अशी त्यांनी टीका केली. शूद्र व अतिशूद्रांवर कर लादून सरकारने जो पैसा गोळा केला त्याहून ज्यांचे शिक्षण झाले त्यांनी स्थापन केलेले हे समाज म्हणजे त्यांच्या पूर्वजांनी धर्माच्या नावाखाली राजकीय हेतूने प्रेरित होऊन निर्माण केलेल्या रचना लपविण्याचा मार्ग आहे. हे समाज ब्राह्मणांनी स्वत:चे

संरक्षण करण्यासाठी व शूद्रांना फसविण्यासाठी स्थापन केलेले आहेत असे स्पष्ट विचार फुले यांनी मांडले.

३) शिक्षणावर भर

शिक्षणावरील विश्वास हे एकोणिसाव्या शतकातील उदारमतवादाचे अतिशय महत्त्वाचे असे वैशिष्ट्य आहे. महात्मा फुले यांनी रानडेप्रणीत शिक्षणाबाबतच्या विचारांवरदेखील टीका केली. रानडे उच्च शिक्षणाचा आग्रह धरत होते. महात्मा फुल्यांना हे मान्य नव्हते. महात्मा फुल्यांनी शूद्र व अतिशूद्रांच्या शिक्षणाची बाजू घेतली. सामान्यांच्या शिक्षणाकडे सरकारने दुर्लक्ष केल्यामुळे ब्राह्मणांकडे मक्तेदारी आली आहे. त्यामुळे त्यांना सरकारी नोकरीत जागा मिळवता आल्या आहेत. सामान्य लोकांकडून जमा झालेल्या कराच्या पैशांतून ब्राह्मणाचे शिक्षण केल्याबद्दल त्यांनी सरकारवर टीका केली.

४) ब्रिटिश शासनाचा स्वीकार

ब्रिटिश शासनाने शूद्रांना ब्राह्मणांच्या वर्चस्वाखालून किंवा जुलमातून सोडविले. शूद्रांना ब्रिटिशांमुळेच शिक्षण घेण्याची संधी मिळाली. मानवी हक्कांबद्दल त्यांच्यामध्ये जागरूकता ब्रिटिश शासनामुळे निर्माण झाली. ब्रिटिश शासन जोपर्यंत हिंदुस्थानामध्ये आहे तोपर्यंत शूद्रांनी ब्राह्मणांच्या गुलामगिरीतून आपली सुटका करून घ्यावी असे विचार महात्मा फुले यांनी मांडले आहेत. ब्राह्मणांच्या वर्चस्वापेक्षा ब्रिटिशांचे राज्य शूद्रांसाठी हिताचे आहे, फायद्याचे आहे असे महात्मा फुले यांना वाटते.

५) ब्राह्मणी वर्चस्वाला नकार

न्यायमूर्ती रानडे, गोपाल कृष्ण गोखले, आगरकर यांनी अभिजनवादाची मांडणी केली. त्यांच्या मते त्या वेळी ब्राह्मण, सुशिक्षित, जमीनदारवर्गाकडे सुधारणेच्या चळवळीचे नेतृत्व व प्रातिनिधिक संस्थांमधून सरकारी सेवांमधून याच वर्गाला जागा मिळणार, सामाजिक, आर्थिक, राजकीय सुधारणा समजणे व प्रत्यक्षात आणणे याच वर्गाला शक्य आहे असे विचार त्यांनी मांडले होते. महात्मा फुले यांनी या ब्राह्मणी वर्चस्वाला नकार दिला. महात्मा फुल्यांनी ब्राह्मणी नेतृत्वावर, भटशाहीवर, ब्राह्मणी नोकरशाहीवर जहाल टीका केली. ब्राह्मणांचे राज्य म्हणजे शूद्रांना, अतिशूद्रांना गुलामगिरीत ठेवणारे राज्य आहे म्हणून ते नष्ट व्हावे. सर्वत्र शूद्रांना संधी मिळावी, जागा मिळाव्यात. सरकारने सुधारणा करताना किंवा पैशांचा विनियोग करताना शूद्रांच्या कल्याणाचा विचार करावा, त्यांना शिकवावे व नोकऱ्यांमध्ये संधी द्यावी, ब्राह्मणी शिक्षक नेमण्याऐवजी शेतकरी वर्गातील शिकलेल्या व्यक्तीची शिक्षक म्हणून नेमणूक करावी. कारागीर व कामगार यांच्या मुलांसाठी खास शाळा उघडून त्यांना त्यांच्या

कारागिरीचे व तांत्रिक शिक्षण द्यावे. ब्राह्मणांच्या सरकारी नोकरीतील जागा कमी करून त्या त्यांच्या लोकसंख्येतील प्रमाणावर ठरवाव्यात. ब्राह्मणांनी सार्वजनिक सभेसारख्या सभा स्थापन केल्या आहेत पण त्या खऱ्या अर्थाने सार्वजनिक नाहीत. ब्राह्मणांचीच मक्तेदारी तेथे आहे. कुणबी, माळी, धनगर, कोळी, भिल्ल या जातीतील लोक या सभांमध्ये नाहीत. ही सभा हिंदूसाठी जास्त जागा, प्रतिनिधित्व मागते पण हिंदू हा शब्द फसवा आहे. सरकारी सवलतीचा फायदा हा सर्वांना होत नव्हता तर केवळ ब्राह्मणांनाच होतो. भारतीय राष्ट्रीय काँग्रेसवरतीदेखील ब्राह्मणांचे नियंत्रण आहे; शूद्रांनी काँग्रेसमध्ये जाऊ नये. जोपर्यंत कनिष्ठ जाती शिकत नाही, विचार करण्यास लायक होत नाहीत आणि संघटित होत नाहीत तोपर्यंत 'राष्ट्र' या संकल्पनेला काहीच अर्थ नाही.

६) सुधारणेसाठीच्या परंपरा पद्धतीचा नकार

न्यायमूर्ती रानडे यांनी समाजामध्ये सुधारणा घडवून आणण्यासाठी परंपरांचा स्वीकार केला. त्यासाठी धार्मिक ग्रंथांमधील पुरावे दिले. महात्मा फुले यांनी यास नकार दिला. महात्मा फुले यांनी परंपरा नाकारल्या. समाजसुधारणा करण्यासाठी परंपरेची पद्धत नाकारली. इतिहासकाळात हा समाज समता व स्वातंत्र्यावर आधारित नव्हता; तर त्या काळात ब्राह्मण जुलूमशाही होती; त्यामुळे परंपरेकडे पूर्णपणे दुर्लक्ष करून नवसमाज निर्मिती करावी असा विचार महात्मा फुले यांनी मांडला.

सारांश

महात्मा फुले यांच्या जहाल उदारमतवादी विचारांवर थॉमस पेनच्या उदारमतवादी विचारांचा प्रभाव होता. त्याचबरोबर एकोणिसाव्या शतकामध्ये महाराष्ट्रामध्ये अस्तित्वात असलेला रानडेप्रणीत मवाळ, अभिजनवादी, उदारमतवादाला महात्मा फुले यांनी विरोध करत क्रांतिकारक, जहाल, शूद्र, अतिशूद्र व महिला यांच्या कल्याणावर, स्वातंत्र्यावर भर देणारा उदारमतवादी विचार मांडला. अशा प्रकारे महात्मा फुले यांचे जहाल उदारमतवादी विचार स्पष्ट करता येतात.

ब) ब्राह्मणवादावर महात्मा फुले यांनी केलेली टीका

प्रस्तावना

महात्मा फुले यांना जो नवा समाज अभिप्रेत होता तो व्यक्तीच्या गुणवत्तेवर आधारलेला हवा होता. इतर कोणत्याही घटकापेक्षा व्यक्तीच्या गुणवत्तेला महात्मा फुले महत्त्व देतात. महात्मा फुले यांनी १८५५ साली 'तृतीय रत्न' नावाचे नाटक लिहीले. त्यामध्ये त्यांनी हा विचार मांडलेला दिसतो. समाज व्यवस्थेमध्ये सामान्यलोकांचे

शोषण ब्राह्मण वर्गाकडून होत होते. या नाटकात अशिक्षित व कर्मठ शेतकरी त्यांच्या कुटुंबाचा छळ किंवा पिळवणूक ब्राह्मण पुरोहित कशा प्रकारे करतो याचे विवेचन आहे; तर बाहेरून आलेले ख्रिस्ती धर्माचे प्रचारक कशा प्रकारे त्या शेतकऱ्याची ब्राह्मण पुरोहिताकडून होणारी पिळवणूक थांबवितात याचेही विवेचन केलेले आहे.

१) हिंदू धर्मात दडपशाही : महात्मा फुले म्हणतात, हिंदू धर्मात समता दिसत नाही याउलट हिंदू धर्मात दडपशाही दिसून येते. हिंदू धर्मामुळे समाजावर ब्राह्मण वर्गाचे वर्चस्व निर्माण झाले आहे. शूद्रांवर हिंदू धर्माने ब्राह्मण वर्गाचे वैचारिक प्रभुत्व लादले आहे. तसेच हिंदू धर्मामध्ये अस्पृश्यांसाठी शुद्धीकरणाचे अनेक मार्ग सांगितले आहेत. ब्राह्मण वर्गाने शूद्रांना शुद्धीकरणाच्या संकल्पनेत अडकविल्याने हा वर्ग आर्थिकदृष्ट्या गरीब झालेला दिसतो.

२) मुक्तीचा मार्ग – ख्रिश्चन धर्म : हिंदू समाजामध्ये शूद्रांचे ब्राह्मण वर्गाकडून मोठ्या प्रमाणावर शोषण होते. ब्राह्मण वर्ग आपल्या स्वार्थासाठी समाजातील इतर वर्गांना कर्मकांड करण्यास भाग पाडतात. ख्रिश्चन धर्मातील धर्मप्रसारकांनी सामान्य लोकांना ब्राह्मण वर्गाच्या या पिळवणुकीपासून सोडविण्याचा प्रयत्न केला. महात्मा फुले म्हणतात, शूद्रांना हिंदू धर्माच्या पिळवणुकीपासून स्वत:ची सोडवणूक करायची असेल तर एकमेव व्यावहारिक साधन म्हणजे धर्मांतर होय. हिंदू धर्मापेक्षा ख्रिश्चन धर्मामध्ये शूद्रांना समान व न्याय वागणूक मिळेल. महात्मा फुले स्वत: स्पष्टपणे धर्मांतराबद्दल बोलले. जेव्हा पंडिता रमाबाई या ब्राह्मण स्त्री समाज सुधारणीने हिंदू धर्माचा त्याग करून ख्रिश्चन धर्माचा स्वीकार केला तेव्हा महात्मा फुले यांनी त्यास पाठिंबा दिलेला दिसतो. महात्मा फुले यांच्या मते ख्रिस्ती धर्म केवळ सामान्यांचे ब्राह्मणी पिळवणुकीपासून सुटका करणार नाही तर ख्रिश्चन धर्म सामान्यांना मोक्ष, मुक्ती मिळवून देणारा धर्म आहे असे महात्मा फुले म्हणतात.

३) हिंदू धर्मामध्ये इतर वर्गाचे वर्चस्व निर्माण होऊ शकले नाही तर केवळ ब्राह्मण वर्गाचेच वर्चस्व निर्माण झाले याला कारण म्हणजे ब्राह्मण वर्गाने प्राप्त केलेले शिक्षण होय. इतर वर्गाच्या तुलनेत ब्राह्मण वर्ग शिकलेला असल्याने तो आपोआप इंग्रजी राजवट आल्यानंतर प्रशासकीय सत्तेमध्ये गेला. अनेक साधनांवर त्यांनी त्यांचे वर्चस्व निर्माण केले. बदलत्या परिस्थितीनुसार ब्राह्मण वर्गाने स्वत:ला बदलविले. बदलत्या काळाला आवश्यक असणारी गुणवत्ता व कौशल्ये त्यांनी आत्मसात केली. इंग्रजी शिक्षण घेतलेल्या ब्राह्मण वर्गाला ब्रिटिश राजवट नाकारू शकत नव्हती कारण ब्रिटिश राजवटीला हिंदुस्थानमध्ये आपले शासन चालविण्यासाठी या आधुनिक इंग्रजी शिक्षण घेतलेल्या वर्गाची गरज वाटत होती. याचा अर्थ ब्राह्मणांचे सामाजिक मूल्य

किंवा उपयुक्तता असल्याने ब्रिटिश राजवटीमध्ये महत्त्वाच्या जागा किंवा पदे त्यांनी प्राप्त केली.

महात्मा फुले यांना ब्राह्मण पिळवणुकीपासून मुक्त असलेला असा समाज निर्माण करावयाचा होता. महात्मा फुले यांनी ब्राह्मणांच्या जातवर्चस्वावर अत्यंत जहाल स्वरूपाची टीका करून त्याविरोधात भूमिका घेतलेली दिसते. ब्रिटिश शासन परकीय आहे किंवा ब्रिटिशांनी आपल्यावर वसाहतवाद लादला आहे हे महात्मा फुले यांना माहीत असूनदेखील फुले यांना ब्रिटिश शासन हिंदुस्थानसाठी वरदान वाटते कारण ब्रिटिश येथे आल्याने ब्राह्मणी वर्चस्व कमी होऊन शूद्रांनादेखील स्थान मिळणार होते. कारण शूद्र-अतिशूद्र यांना समाजात समान स्थान मिळाले पाहिजे हा महात्मा फुल्यांच्या विचारांचा मूलभूत गाभा होता. ब्राह्मणी वर्चस्वावर आधारलेला समाज शूद्र, अतिशूद्र यांना समान स्थान नाकारत होता यासाठी महात्मा फुले यांनी ब्राह्मण्यवादाला विरोध केला. महात्मा फुले यांनी हिंदू संस्कृती टिकवून ठेवणाऱ्या मूल्य व कल्पनांवर जोरदार टीका केली तसेच ब्राह्मणी विचारांच्या विरोधात आपले विचार मांडले. महात्मा फुले यांच्या मते, हिंदुत्व श्रुती, स्मृती यावर आधारलेले आहे. ब्राह्मण वर्गाने इतर समाजावर आपले वर्चस्व प्रस्थपित करण्यासाठी हिंदुत्वातील श्रुती, स्मृतींचा वापर केला. चातुर्वर्ण्य व्यवस्था हे ब्राह्मण वर्गाच्या वर्चस्वाचे उदाहरण म्हणून महात्मा फुले सांगतात. ब्राह्मण वर्ग चातुर्वर्ण्यव्यवस्था ही देवाने निर्माण केलेली आहे; म्हणून ती कोणीही तोडू नये, सर्वांनी तिचे पालन करावे असे सतत शूद्र-अतिशूद्रांच्या मनावर ठसवित होते. महात्मा फुले यांनी देव व श्रद्धा या हिंदूधर्मातील संकल्पना नाकारल्या तसेच अवतार ही संकल्पनादेखील नाकारली. ब्राह्मण वर्गाने अवतार या संकल्पनेच्या आधारे चांगल्या व वाईटाच्या संकल्पना मांडल्या या संकल्पनादेखील ब्राह्मण वर्गाने निरपेक्षपद्धतीने न मांडता सहेतूक पद्धतीने मांडल्या. महात्मा फुले यांनी शूद्र-अतिशूद्राच्या दृष्टिकोनातून विचार करून हिंदुत्वाच्या ब्राह्मणी प्रवृत्तीला आव्हान दिले. शूद्र-अतिशूद्र समाजाने ब्राह्मणी वर्चस्वापासून स्वत:ची सोडवणूक करून घेण्यासाठी इंग्रजी शिक्षण घेतले पाहिजे. इंग्रजी शिक्षण हा शोषण मुक्तीचा मार्ग म्हणून महात्मा फुले शूद्र-अतिशूद्रांना सांगतात. महात्मा फुले यांनी ब्रिटिश शासनाला परकीय असतानादेखील पाठिंबा दिला कारण येथील ब्राह्मणी वर्चस्व इंग्रजी सत्तेमुळेच नष्ट होऊन समतेवर आधारलेला नवा समाज निर्माण होऊ शकतो यावर महात्मा फुलेंचा विश्वास होता.

क) शूद्र, अतिशूद्र व महिला-मुक्तीबाबतचे विचार

प्रस्तावना

भारतीय समाजामध्ये जातिव्यवस्था आहे. जातिव्यवस्थेमध्ये बंदिस्तपणाबरोबर

विषमतादेखील होती. हिंदू धर्मानुसार ज्या जातीमध्ये जन्म घेतला आहे त्या जातीच्या कर्तव्याचे पालन करणे म्हणजे धर्मानुसार करणे होय. शूद्र, अतिशूद्र या जातींना अत्यंत अपमानास्पद अशी वागणूक वरिष्ठ जातींकडून दिली जात होती. म. फुले यांनी शूद्र व अतिशूद्र यांना मिळणाऱ्या विषम वागणुकीविरोधी आवाज उठविला. जातिभेदामुळे शूद्र-अतिशूद्रांची प्रगती होत नाही. शूद्र-अतिशूद्रांना शोषणातून मुक्त करावयाचे असेल तर प्रथम जातिभेद नष्ट झाला पाहिजे. शूद्र, अतिशूद्र यांना प्रथा, परंपरांमधून मुक्त केले, त्यांना शिक्षणाचा हक्क दिला तर निश्चितच त्यांची प्रगती होईल. जोतिराव फुले यांनी जन्मावर आधारित विषमतेला विरोध केला. शूद्र, अतिशूद्र यांनादेखील माणूस म्हणून प्रतिष्ठा, मान-सन्मान व हक्क मिळाला पाहिजे. शिक्षणाची, विकासाची समान संधी मिळाली पाहिजे तरच शूद्र-अतिशूद्र यांची जाचक व अन्यायकारक अशा शोषणातून मुक्ती होऊ शकते असा नवा व महत्त्वपूर्ण विचार महात्मा फुले यांनी मांडला व तो प्रत्यक्षात अमलात यावा यासाठी प्रयत्नदेखील केला.

हिंदू धर्मग्रंथानुसार हिंदू समाजामध्ये मोठ्या प्रमाणावर स्त्री-पुरुष विषमता होती. पुरुषांना सर्व प्रकारचे हक्क देण्यात आले होते याउलट महिलांना सर्वच प्रकारचे हक्क नाकारण्यात आले होते. त्यांना माणूस म्हणून देखील वागणूक दिली जात नव्हती. अस्पृश्य जातीप्रमाणे हिंदू समाजात स्त्रियांना वागणूक दिली जात होती. स्त्रियांचा दर्जा कनिष्ठ व हीन होता. स्त्रियांना पुरुषांच्या बरोबरीचा दर्जा नाकारण्यात आला होता. स्त्री कधीही स्वतंत्र असूच शकत नाही असे म्हटले गेले होते. लहानपणी स्त्री ही वडिलांवर, तरुणपणी पतीवर तर म्हातारपणी मुलांवर अवलंबून असते. असा समज समाजामध्ये होता. स्त्रीचे कार्यक्षेत्र म्हणजे तिचे घर होते. घराच्याबाहेर जाण्याचे स्वातंत्र्य तिला नव्हते. स्त्रियांना शिक्षणाचा अधिकार नाकारण्यात आला होता. बालविवाह, बहुपत्नी पद्धत, पडदा पद्धत, केशवपन पद्धत, विधवा विवाहास बंदी, सतीची प्रथा अशा अनेक वाईट प्रथा समाजात होत्या. या सर्व प्रथांना धर्मग्रंथाचा आधार देण्यात आला होता. महात्मा फुले यांनी या सर्व प्रथांवर जोरदार टीका करत स्त्री-पुरुष समतेचा आग्रह धरला.

स्त्रियांना या गुलामगिरीतून मुक्त करण्यासाठीचा मार्ग म्हणून महात्मा फुले शिक्षणाकडे पाहतात. मुलींना शिक्षणाचा अधिकार दिला तर त्यांची गुलामगिरीतून सुटका होईल या हेतूने महात्मा फुले यांनी १८५१ साली मुलींसाठी शाळा सुरू केली. महात्मा फुले यांनी विधवा पुनर्विवाहाचा पुरस्कार केला. विधवांसाठी आश्रम काढला त्यामध्ये गरोदर विधवा व कुमारिका यांना आश्रय दिला. बालविवाह व बहुपत्नीत्व पद्धतीला विरोध केला. या सर्व रूढी, प्रथा स्त्रियांच्या स्वातंत्र्याच्या विरोधात जाणाऱ्या

होत्या म्हणून महात्मा फुले यांनी स्त्री स्वातंत्र्याच्या विरोधी जाणाऱ्या रूढींना विरोध केला.

महात्मा फुले यांनी स्त्री-पुरुष समतेचा पुरस्कार केला आहे. स्त्री व पुरुष यांचे संबंध अधिकार श्रेणीबद्धतेवर आधारलेले नसून ते समतेच्या तत्त्वावर आधारलेले असले पाहिजेत असे फुले यांचे मत होते. महात्मा फुले म्हणतात, पुरुषापेक्षा स्त्री ही श्रेष्ठ आहे; कारण ती बालकाला जन्म देते तसेच त्याला वाढविते. पुरुषांपेक्षा दुःख सहन करण्याची तिची ताकद जास्त आहे. समान गुन्ह्यासाठी स्त्री व पुरुष यांना समान शिक्षा असली पाहिजे. पुरुषप्रधान संस्कृतीमध्ये चुकांसाठी केवळ स्त्रीलाच शिक्षा केली जाते; पुरुषाला ती चूक माफ केली जाते. महात्मा फुले यांनी समाजाच्या या विषम वागणुकीवर टीका केली. स्त्री इतकाच पुरुषदेखील दोषी असेल तर त्याला देखील शिक्षा झाली पाहिजे हा महत्त्वपूर्ण विचार महात्मा फुले यांनी मांडला.

सारांश

महात्मा फुले यांनी समाजातील शोषित, वंचित घटकाला शोषणातून मुक्ती मिळाली पाहिजे असा नवा, चित्तवेधक, क्रांतिकारी विचार मांडला. शूद्र-अतिशूद्र व महिला हे घटक शोषित आहेत. या घटकांचे शोषण होता कामा नये त्यांना देखील विकासाची समान संधी मिळण्याबरोबरच माणूस म्हणून वागणूक दिली गेली पाहिजे यासंबंधीचे महत्त्वपूर्ण असे विचार महात्मा फुले यांनी मांडले.

ड) सार्वजनिक सत्यधर्माचे तत्त्व

प्रस्तावना

महात्मा फुले यांची ईश्वरावर किंवा त्याच्या अस्तित्वावर श्रद्धा होती. महात्मा फुले ईश्वर न म्हणता त्यास निर्मिक असे म्हणत. निर्मिकानेच हे विश्व निर्माण केलेले आहे असे ते म्हणत. परंतु, मानवाच्या सुख-दुःखाशी त्याचा काही संबंध नसतो. माणूस हा स्वतः त्याच्या भवितव्याचा कर्ता आहे. त्याच्या सुखांना, दुःखांना तो स्वतः जबाबदार आहे. मानवाचे भवितव्य दुसरी कोणतीही शक्ती घडवित नाही तर माणूस स्वतःच स्वतःचे भविष्य घडवितो. महात्मा फुले म्हणतात, मानवाने ईश्वरवादी किंवा दैववादी होण्याऐवजी बुद्धीवादी व्हावे. बुद्धीला पटेल अशाच विचारांचा स्वीकार करावा. महात्मा फुले यांनी हिंदूधर्मातील विषमता, कर्मकांड, अंधश्रद्धा, अनेक वाद या वाईट प्रथांवर टीका केली. हिंदू धर्मामध्ये असे अनेक दोष असल्यामुळे महात्मा फुले यांनी हिंदू धर्माचा त्याग केला व बुद्धीवादावर व मानवी समतेवर आधारलेला सार्वजनिक सत्यधर्म मांडला. सार्वजनिक सत्यधर्म हा सत्यावर आधारलेला आहे. फुले यांनी मांडलेल्या

सार्वजनिक सत्यधर्म या संकल्पनेत मुक्ती, मोक्ष यासारख्या कल्पना नाहीत. इतर धर्मामध्ये मात्र व्यक्तीच्या मुक्तीचा मार्ग सांगितला आहे. व्यक्तीला मुक्ती मिळविण्यासाठी साधनेचा मार्ग इतर धर्म सांगतात. महात्मा फुले मात्र अशा प्रकारच्या कल्पना नाकारतात.

अ) सार्वजनिक सत्यधर्माचे स्वरूप

१) निर्मिक संकल्पना

महात्मा फुले यांनी हिंदू धर्मावर टीका केली. यावरून फुले नास्तिक होते अशी टीका होते परंतु प्रत्यक्षात असे नव्हते. महात्मा फुले यांनी 'ईश्वर' हा शब्द न वापरता 'निर्मिक' हा शब्द वापरला आहे. फुल्यांना ईश्वराचे म्हणजेच निर्मिकाचे अस्तित्व मान्य होते. संपूर्ण जगाचा निर्माता निर्मिक असून तो एकच आहे व व्यापक आहे. मानवी आकलनशक्तीच्या पलीकडे तो आहे. निर्मिक हा मूर्त स्वरूपात नसून तो अमूर्त स्वरूपात असल्याने तो निर्गुण आहे. त्याला रंग, रूप नाही. त्याचबरोबर त्याला राग, लोभ, द्वेष, मत्सर या भावनादेखील नाहीत. निर्मिक हाच संपूर्ण विश्वाचा निर्माता असल्याने तो सर्व मानवप्राण्यांना आपल्या पित्याप्रमाणे आहे. मानवाने परस्परांमध्ये भांडण करू नये. सर्वांनी मिळून-मिसळून, प्रेमाने रहावे. परस्परांना सहकार्य करून सर्वांनी आनंदी रहावे.

२) कर्मकांडास विरोध

महात्मा फुले यांनी सार्वजनिक सत्यधर्मामध्ये सर्व प्रकारच्या कर्मकांडास विरोध केला आहे. कोणत्याही धर्मात आपल्या अनुयायांना ईश्वराचा आशीर्वाद मिळविण्यासाठी उपासना, पूजाअर्चा, जप, व्रत-वैकल्ये सांगितली आहेत. हिंदू धर्मामध्ये दैवाला प्रसन्न करून घेण्यासाठी अनेक उपाय सांगितले आहेत. धर्मानुसार परमेश्वरालादेखील माणसासारख्याच भावना असतात. माणसाला जसा राग, लोभ, आनंद, दुःख, प्रेम, द्वेष या भावना असतात तशाच प्रकारच्या भावना ईश्वरालादेखील असतात. मात्र, सार्वजनिक सत्यधर्मातील परमेश्वराची संकल्पना वेगळी आहे. निर्मिक हाच संपूर्ण विश्वाचा निर्माता असून तो संपूर्ण शक्तीशाली आहे. सर्व माणसे या परमेश्वराची लेकरे असल्याने त्यांच्यामध्ये बंधुत्वाचे नाते असल्याने प्रत्येकाने मिळून मिसळून, प्रेमाने रहावे. प्रत्येकाने एकमेकांना सहकार्य केले तर मानवी जीवन सुखमय होईल, मानवाने आनंदी रहावे हीच परमेश्वराची इच्छा आहे. त्यामुळे परमेश्वराला खूश करण्यासाठी कोणत्याही प्रकारच्या कर्मकांडाची गरज नाही. पूजाअर्चा, व्रत वैकल्ये, आरत्या, नैवेद्य, जप-तप या गोष्टींनी परमेश्वर प्रसन्न होत नाही. परमेश्वर अशा कोणत्याही गोष्टीची अपेक्षा ठेवत नाही त्यामुळे मानवाने अशा कोणत्याही कर्मकांडामध्ये गुंतून न राहता त्याला विरोध केला पाहिजे.

३) धार्मिक कल्पनांना नकार

महात्मा फुले यांनी धार्मिक कल्पनांना नकार दिला. आत्मा, पुनर्जन्म, स्वर्ग, नरक या धार्मिक कल्पना त्यांनी नाकरल्या. आत्म्याला शरिरापासून वेगळे असे स्वतंत्र अस्तित्व असते. ही कल्पनाच महात्मा फुले यांनी अमान्य केली. आत्मा कधीही नाश पावत नाही, आत्मा अमर असतो ह्या कल्पना त्यांनी नाकारल्या. शरीराच्या रचनेमध्ये बिघाड निर्माण झाला की, शरीर नष्ट होते व शरीराबरोबर आत्मादेखील नष्ट होतो. आत्मा अमर असतो हे एक मिथ आहे असे महात्मा फुले यांचे स्पष्टपणे म्हणणे होते. आत्मा अमर नसतो हे सत्य स्वीकारल्यानंतर स्वर्ग, नरक, पुनर्जन्म या सर्व कल्पना निरर्थक ठरतात. सार्वजनिक सत्यधर्मामध्ये महात्मा फुले यांनी आत्म्याचे अमरत्व, स्वर्ग-नरक, पुर्नजन्म या कल्पना नाकारल्या आहेत. या गोष्टींना सार्वजनिक सत्यधर्मात कसलेही स्थान नाही. महात्मा फुले यांनी पाप-पुण्य या संकल्पना देखील नाकारल्या. माणसाला जिवंत असेपर्यंत त्याने केलेल्या चांगल्या व वाईट कृत्यांचा हिशोब द्यावा लागतो. महात्मा फुले म्हणतात, माणसाला जे आजार किंवा रोग होतात ते एका अर्थाने त्याने केलेल्या पापाचीच फळे असतात.

महात्मा फुले म्हणतात, पाप म्हणजे आपण आपल्या सदसद्विवेक बुद्धीनुसार वर्तन न करणे होय; तर पुण्य म्हणजे आपण आपल्या सदसद्विवेक बुद्धीनुसार वर्तन करणे होय. आपण आपल्यावरूनच दुसऱ्याचा विचार करावा. आपल्या सुखासाठी दुसऱ्याला कोणत्याही प्रकारचा त्रास देऊ नये म्हणजे पुण्य होय. आपण आपल्या सुखासाठी दुसऱ्याला त्रास देत असू तर ते पाप ठरते.

२) सार्वजनिक सत्यधर्माची मूलतत्त्वे

ईश्वर हा एकच आहे. ईश्वर हा निर्गुण, निराकार, निर्विकार व सत्य स्वरूप आहे. सर्व मनुष्यप्राणी ईश्वराची लेकरे आहेत. भक्ती करणे हा प्रत्येक मानवाचा अधिकार असून, ईश्वर व भक्तामध्ये कोणत्याही मध्यस्थाची किंवा दलालाची आवश्यकता नाही; व्यक्तीची श्रेष्ठता ही तिच्या जातींवरून ठरत नसून तिच्या गुणांवरून ठरते. कोणताही धर्मग्रंथ ईश्वराने निर्माण केलेला नाही. तसेच परमेश्वर अवतार घेत नाही. पुनर्जन्म, कर्मकांडे, जप-तप, पाप-पुण्य या भोळ्या समजुती आहेत. यांना कोणताही शास्त्रीय आधार नाही. 'सत्यावीण नसे अन्य धर्म' अशा शब्दांत महात्मा फुले सत्य हाच धर्म आहे असे सांगतात.

सार्वजनिक सत्यधर्म याचा अर्थ सर्वोच्च कल्याणासाठी सर्वांनी सत्याचे पालन करावे. सार्वजनिक सत्यधर्माचा मूळ आशय 'सत्य' हा आहे. त्यामुळे सत्य काय आहे हे समजून घेतले पाहिजे. सत्य समजून घेणे त्यानुसार वागणे व इतरांनादेखील तसे

वागण्यासंबंधी मार्गदर्शन करणे हा मुख्य गाभा सार्वजनिक सत्यधर्माचा आहे. सार्वजनिक सत्यधर्मात सर्वांना समान हक्क आहेत. कोणीही कोणाला गुलाम बनवू शकणार नाही. कोणीही कोणाचे हक्क हिरावून घेऊ शकणार नाही. प्रत्येकाला आपले विचार मांडण्याचे, धार्मिक, राजकीय हक्क आहेत.

सार्वजनिक सत्यधर्मामध्ये स्त्री-पुरुष समतेच्या तत्त्वाचा स्वीकार केलेला आहे. स्त्री व पुरुष हे जन्मतः स्वतंत्र आहेत म्हणून त्यांना सर्व हक्कांचा समान उपभोग घेता आला पाहिजे. बहुपत्नी पद्धतीला यामध्ये विरोध आहे; कारण ही पद्धत स्त्री-पुरुष समतेच्या विरोधात आहे.

महात्मा फुले म्हणतात, प्रत्येकाला शिक्षणाचा समान हक्क असला पाहिजे. प्रत्येकाला त्याच्या पात्रतेप्रमाणे व गुणवत्तेप्रमाणे नोकरी मिळाली पाहिजे. सर्वांना समान न्याय मिळाला पाहिजे. न्यायदानामध्ये कोणत्याही प्रकारचा भेदाभेद असता कामा नये. प्रत्येक व्यक्ती आपल्या सदसद्विवेकबुद्धीनुसार विचार करू लागल्यास ती सत्यापर्यंत सहजपणे पोहचू शकेल.

सारांश

महात्मा फुले यांनी मांडलेला सार्वजनिक सत्यधर्म सर्व प्रकारच्या विषमतेला विरोध करतो व समतेचा स्वीकार करतो. सर्व मानवप्राणी समान आहेत. निर्मिकाने सर्वांना समान विवेकबुद्धी दिली आहे. सर्व मानवाने वर्तन करताना आपल्या सदसद्विवेकानुसार वर्तन करावे. प्रत्येकाला स्वातंत्र्य देण्यात आले आहे. कोणीही कोणाचेही स्वातंत्र्य हिरावून घेऊ नये. थोडक्यात, स्वातंत्र्य, समता, बंधुता, न्याय या तत्त्वावर महात्मा फुलेंचा सार्वजनिक सत्यधर्म आधारलेला आहे.

सराव प्रश्न

१) महात्मा फुलेंचा 'मूलग्राही' किंवा 'जहाल उदारमतवाद' स्पष्ट करा.

२) म. फुले यांनी ब्राह्मण्यवादावर केलेली टीका लिहा.

३) शूद्र, अतिशूद्र व महिला यांच्या मुक्तीबाबतचे म.फुलेंचे विचार लिहा.

४) म.फुलेंची सार्वजनिक सत्यधर्म संकल्पना सांगून त्याची मूलभूत तत्त्वे स्पष्ट करा.

प्रकरण २

न्यायमूर्ती महादेव गोविंद रानडे (१८४२-१९०१)
(M. G. Ranade)

अ) उदारमतवाद (Liberalism)

ब) भारतातील ब्रिटिश राजवटीसंबंधीचे मत (Understanding of British Rule in India)

क) राज्य आणि अर्थव्यवस्था याबाबतचे विचार (Views on State and Economy)

ड) सामाजिक सुधारणांबाबतचे विचार (Views on Social Reforms)

अल्प परिचय

न्यायमूर्ती महादेव रानडे यांचा जन्म नाशिक जिल्ह्यातील निफाड या गावी १८ जानेवारी १८४२ रोजी झाला. रानडेंनी त्यांच्या संपूर्ण आयुष्यामध्ये विविध सामाजिक, राजकीय व आर्थिक संघटना स्थापन केल्या. १८७० साली त्यांनी सार्वजनिक सभा या संस्थेची स्थापना केली. भारतीय सामाजिक परिषद, प्रार्थना समाज, ग्रंथोत्तेजक सभा या संस्था स्थापन केल्या. रानडेंच्या पुढाकारातून डेक्कन सभा, पश्चिम हिंदुस्थान औद्योगिक मंडळ यासारख्या संस्था स्थापन झाल्या. 'मराठी सत्तेचा उदय', 'भारतीय अर्थव्यवस्थेवरील निबंध' यासारख्या ग्रंथांचे लेखन त्यांनी केले.

महादेव गोविंद रानडे यांनी आपल्या राजकीय विचारांनी फार महत्त्वपूर्ण असे योगदान दिलेले आहे. महादेव रानडे यांना शिक्षणाबद्दल प्रचंड आत्मीयता होती. त्यांचे प्राथमिक शिक्षण कोल्हापूर तर उच्च शिक्षण मुंबई येथे झाले. अनुवादक, प्राध्यापक, न्यायाधीश अशा विविध पदांवरती त्यांनी कार्य केले. प्रार्थना समाज, सामाजिक परिषद, सार्वजनिक सभा या संस्थांच्यामार्फत त्यांनी समाजसेवेचे कार्य केले. रानड्यांचा

शांततामय मार्गावर विश्वास होता. त्यांच्यावर पाश्चिमात्य उदारमतवादाचा प्रचंड प्रभाव होता. राजकीय उदारमतवादाचा त्यांनी भारतासाठी स्वीकार केलेला दिसतो. त्यांच्या विचारांमध्ये दुसऱ्याबद्दल द्वेष नव्हता. कोणत्याही प्रश्नाचा विचार करताना पूर्वग्रहावर आधारित त्यांनी निर्णय घेतला नाही. ते धार्मिक असले तरीसुद्धा घडणारा सामाजिक, आर्थिक व राजकीय व्यवहार बुद्धीच्या निकषावर तपासून घेत.

समाजामध्ये ज्या व्यक्ती विचारवंत म्हणून ओळखल्या जातात त्या प्रत्यक्ष कार्य करण्यामध्ये मागे असतात. ज्या व्यक्ती कार्य करण्यामध्ये मग्न असतात त्यांना सखोल चिंतन करण्यास वेळ मिळत नाही. न्यायमूर्ती महादेव गोविंद रानडे यांच्या जीवनाचा अभ्यास केल्यानंतर असे लक्षात येते की, रानडे यांनी १९ व्या शतकातील हिंदुस्थानातील समाजाविषयी एक निश्चित वैचारिक आकृतिबंध मांडला होता आणि त्याचबरोबर समाजाच्या विविध क्षेत्रांमध्ये बहुमोल कार्यही केले होते. वैचारिक क्षेत्रात महान कामगिरी आणि समाजात सातत्याने कार्य करणारे रानडे हे एक नावाजलेले सरकारी अधिकारी व न्यायमूर्ती होते. सुरुवातीस मुंबई विद्यापीठ व एलफिस्टन महाविद्यालयात प्राध्यापक म्हणून काम केल्यावर ते सरकारी नोकरीमध्ये रुजू झाले आणि १८९२ मध्ये मुंबई उच्च न्यायालयाचे न्यायमूर्ती झाले. एकूण तीन वर्षे त्यांनी कायदेमंडळाचे सभासद म्हणूनही महत्त्वाचे कार्य केले व तेथे भारतीयांच्या मागण्यांचा पाठपुरावा केला. समाजाच्या विविध अंगांमध्ये एकाचवेळी प्रगती होत असते हे तत्त्व स्वीकारून त्यांनी आपल्या जीवनामध्ये शक्य तितक्या विविध क्षेत्रांमध्ये सुधारणेसाठी प्रयत्न केला. सामाजिक, राजकीय, आर्थिक, धार्मिक, शैक्षणिक क्षेत्रांत त्यांनी विविध संस्था स्थापन केल्या किंवा अशा संस्थांच्या कार्यात पुढाकार घेतला आणि नेतृत्व केले. बॉम्बे असोसिएशन, ईस्ट इंडिया असोसिएशन, सार्वजनिक सभा, डेक्कन असोसिएशन, डेक्कन सभा आणि इंडियन नॅशनल काँग्रेस अशा विविध संघटनांच्या स्थापनेत व कार्यात त्यांनी पुढाकार घेतला होता. काँग्रेसची स्थापना होण्यापूर्वी सार्वजनिक सभेसारख्या संघटनांमार्फत त्यांनी राजकीय व आर्थिक प्रश्नांवर जागृती घडवून आणली. काँग्रेसची स्थापना व कार्यामध्ये पडद्यामागील प्रमुख सूत्रधार न्या.रानडे होते हे समकालीनांच्या वक्तव्यावरून स्पष्ट होते. न्या.रानडे यांना समाजसुधारक म्हणून ओळखणाऱ्यांचे त्यांच्या या राजकीय कार्याकडे पूर्ण दुर्लक्ष होते. सामाजिक सुधारणेसाठी त्यांनी सामाजिक परिसंवाद, डेक्कन सोशल रिफॉर्म असोसिएशन यासारख्या संस्था व संघटना स्थापन केल्या व त्यामध्ये सतत कार्य केले. शैक्षणिक क्षेत्रांत मुलींची शाळा, न्यू इंग्लिश स्कूल, डेक्कन एज्युकेशन सोसायटी इत्यादी संस्थांमध्ये त्यांनी कार्य केले. त्याचप्रमाणे वक्तृत्वोत्तेजक सभा, वेदशास्त्रोत्तेजक सभा, साहित्य परिषद, ट्रान्सलेशन सोसायटी या संस्थांमार्फत साहित्य व ज्ञानसंपादनास उत्तेजन देण्यात महत्त्वाचे कार्य

केले. धार्मिक सुधारणेशिवाय इतर सुधारणा निरुपयोगी ठरतील हे जाणून प्रार्थना समाजामार्फत व ऑल इंडिया थिअिस्टीक कॉन्फरन्स या संस्थेमधून हिंदू धर्मात सुधारणा करण्याचा प्रयत्न केला. हिंदुस्थानच्या मागासलेल्या अर्थव्यवस्थेस आर्थिक प्रगतीसाठी औद्योगिकीकरणाशिवाय तरणोपाय नाही हे लक्षात घेऊन त्यांनी औद्योगिक परिषदेची स्थापना केली होती. समाजाच्या विविध अंगांमध्ये सुधारणा घडवून आणण्यासाठी प्रयत्नशील असणारे न्या. रानडे हे एक महान विचारवंत होते. एकोणिसाव्या शतकामध्ये जी सामाजिक, राजकीय व आर्थिक सुधारणेची चळवळ चालू होती त्यास न्या. रानडेंनी तात्त्विक अधिष्ठान दिले; निश्चित दिशा दाखवली. रानडे यांच्यापूर्वी सुधारणेच्या चळवळीस वैचारिक आकृतिबंध नव्हता. ब्रिटिश साम्राज्यास तसा प्रतिसाद द्यावा, हिंदुस्थानातील समाजाने कोणत्या मार्गाने जावे, आपल्या परंपरेबाबत कोणता दृष्टिकोन स्वीकारला याबाबत रानड्यांच्या काळातील समाजसुधारक संभ्रमात पडले होते. त्या सर्वांना न्या.रानड्यांनी निश्चित मार्गदर्शन केले व उदारमतवादाचे समग्र तत्त्वज्ञान मांडून दाखविले.

अ) उदारमतवाद

प्रस्तावना

राजकीय उदारमतवादाची मांडणी करून महाराष्ट्रातील सामाजिक सुधारणा करणाऱ्यांच्या कामाला रानडेंनी राजकीय उदारमतवादाच्या मार्फत वैचारिक किंवा तात्त्विक अधिष्ठान प्राप्त करून दिले. असा हा महाराष्ट्रातील पहिलाच प्रयत्न होता. रानडेंनी मांडलेल्या विचारांना उदारमतवादी विचार म्हटले गेले रानड्यांवरती पाश्चिमात्य राजकीय विचारांचा प्रभाव होता. रानड्यांचे सामाजिक व राजकीय विचार परस्परांना पूरक असेच होते. व्यक्तीस्वातंत्र्य, बुद्धीला महत्त्व, सहिष्णुता, सामाजिक कर्तव्य किंवा जबाबदारी ही तत्त्वे त्यांच्या राजकीय विचारात दिसतात. ही उदारमतवादी तत्त्वे त्यांनी जीवनाच्या सर्वच क्षेत्रांमध्ये स्वीकारली.

रानडेंना पाश्चिमात्य उदारमतवादाची ओळख स्मिथ, बेन्थॅम, जॉन स्टुअर्ट मील यांच्या विचारातून झाली. उदारमतवाद शांत, सौम्य व धीम्या गतीवर विश्वास ठेवत असल्याने व रानडेंचा स्वभावदेखील त्याचप्रमाणे झाल्याने त्यांना हा उदारमतवाद अधिक जवळचा वाटला. हिंदुस्थानची प्रगती करण्याचा मार्ग म्हणजे उदारमतवाद होय असे रानड्यांना वाटत होते. पाश्चिमात्य जगामध्ये उदारमतवाद, विज्ञाननिष्ठ, तंत्रज्ञानाचा स्वीकार, विवेकनिष्ठ जीवनदृष्टी या सर्व गोष्टी एकमेकांशी संबंधित असल्यानेच तेथे प्रगती झालेली आहे. प्रगत संस्कृतीची राजकीय बाजू उदारमतवाद असल्याने हिंदुस्थानच्या प्रगतीसाठी देखील उदारमतवादाचा विचार स्वीकारला पाहिजे. उदारमतवादी

विचारप्रणाली व्यक्तीस्वातंत्र्याला सर्वोच्च महत्त्व देते. व्यक्तीस्वातंत्र्य हा उदारमतवादाचा गाभा आहे. व्यक्तीच्या स्वातंत्र्यावरील सर्व प्रकारची बंधने काढून टाकणे म्हणजे उदारमतवाद होय, त्याचबरोबर भावना, श्रद्धा, रूढी याआधारे कोणतीही कृती न करता ती विवेकाच्या आधारे करणे यावरती उदारमतवादात भर दिला जातो. क्रांती, हिंसा, संघर्ष या मार्गांना नकार देत उदारमतवाद शांततामय व सनदशीर मार्गाचा स्वीकार करतो. रानड्यांना स्वातंत्र्यासाठी हा मार्ग महत्त्वाचा वाटला. हिंदुस्थानला स्वातंत्र्य मिळवून देण्यासाठी जनतेने शांततामय मार्गाने भारतीय स्वातंत्र्यलढ्यात राजकीय सहभाग घेतला पाहिजे.

ख्रिश्चन धर्मामध्ये मानवी प्रतिष्ठेला महत्त्वाचे स्थान दिले आहे. मनुष्य व ईश्वर यांच्यातील धर्मगुरू हा मध्यस्थ होता, तो काढून टाकल्याने व्यक्तीला प्रतिष्ठा प्राप्त झाली. मनुष्याला आपल्या व्यक्तिमत्त्वाचा विकास करण्यासाठी स्वातंत्र्याची गरज वाटू लागली, तशी तो स्वायत्ततेची मागणी करू लागला; यातून उदारमतवाद उदयाला आला. व्यक्तिच्या हिताला अनुकूल असा सामाजिक व्यवहार असला पाहिजे. समाजव्यवस्था ही मानवी गरजांमधून उदयाला आलेली आहे, त्यामुळे समाजाचे नियम, बंधने, रूढी या जर व्यक्तीच्या विकासामध्ये बाधा निर्माण करत असतील तर त्यांचे पालन करण्याचे बंधन व्यक्तीवरती असता कामा नये. जी सामाजिक बंधने किंवा नियम समाजहितासाठी उपयोगी आहेत त्याचाच बुद्धीच्या आधारे स्वीकार केला जावा. जास्तीतजास्त सामाजिक हित साध्य करणाऱ्या नियमांचा स्वीकार करावा, यातूनच समाजाची प्रगती होणार आहे; याचा अर्थ सामाजिक, राजकीय व आर्थिक क्षेत्रांमध्ये व्यक्तीला पूर्णपणे मोकळीक दिल्यास समाजाची प्रगती होते, हा उदारमतवादाचा मूळ गाभा आहे. रानड्यांनी हा पाश्चिमात्य उदारमतवाद स्वीकारला. व्यक्तिस्वातंत्र्य व विवेकनिष्ठा ही दोन उदारमतवादाची तत्त्वे रानड्यांनी स्वीकारली.

रानडेंनी जे संपूर्ण विचार मांडले, त्याचा गाभा मानवी कल्याण हाच होता. मानवाची प्रतिष्ठा रानड्यांना महत्त्वाची वाटत होती. मानवी कल्याणासाठी ब्रिटिशांकडे अर्ज करणे, निवेदन पाठविणे, त्यांच्यावर दबाव आणणे या उदारमतवादातील सनदशीर मार्गच रानडेंनी स्वीकारला व अमलात देखील आणला. भारतीय समाजातील जात व्यवस्था व्यक्तीला स्वातंत्र्य व व्यक्ती प्रतिष्ठा नाकारते. तिला तिच्या विवेकानुसार कार्य करू देत नाही, म्हणून रानडेंनी त्यावरती टीका केलेली दिसते. व्यक्तीवरील सर्व प्रकारची सामाजिक बंधने काढून टाकून व्यक्तीला मुक्त करणे हे रानडेंच्या उदारमतवादाचे ध्येय होते. हिंदू धर्माने व्यक्तीवरील घातलेल्या बंधनांना त्यांनी विरोध केला. व्यक्तीची अंतःप्रेरणा, विवेकनिष्ठा, सहिष्णुता, व्यवसायस्वातंत्र्य, कष्ट करण्याची तयारी यावर आधारलेला एकात्म समाज घडविणे म्हणजे सामाजिक बदल होय, असा रानड्यांचा

विचार होता. देशाचा आर्थिक विकास होण्यासाठी औद्योगिकरण समाजाने स्वीकारले पाहिजे; तर राजकीय क्षेत्रांमध्ये आपल्या न्याय्य मागण्या सरकारपर्यंत पोहोचविण्यासाठी जनतेने शांततामय व सनदशीर मार्गाचाच स्वीकार केला पाहिजे.

व्यक्तीच्या इच्छेवरती केवळ तिच्या सदसद्विवेकाचे नियंत्रण असले पहिजे; इतर कोणतेही नियंत्रण असता कामा नये. व्यक्तीने तिच्या सदसद्विवेकाच्या आज्ञांचे पालन केले पाहिजे; इतर कोणत्याही सत्ता तिला ही कृती करण्यापासून परावृत्त करू शकत नाहीत. उदारमतवादाचा पाया सदसद्विवेक हा आहे व हा विचार रानड्यांनी स्वीकारलेला दिसतो. सनदशीर शासन हाच उदारमतवादाचा राजकीय आविष्कार आहे. या शासनामार्फतच कायद्याचे राज्य प्रस्थापित होऊ शकते. हिंदू समाजातील जे प्रश्न किंवा समस्या आहेत त्यावरती सर्वांना मान्य होईल असा उपाय बुद्धीच्या आधारे शोधता येईल यावर रानडेंचा विश्वास होता. ब्रिटिश शासनाला वस्तुस्थिती लक्षात आणून दिली तर ते सामाजिक सुधारणांना पाठिंबा देतील यावर रानड्यांना विश्वास होता.

उदारमतवाद व्यक्तीच्या हक्काबरोबरच कर्तव्यांनादेखील तितकेच महत्त्व देतो. त्याप्रमाणे रानड्यांनी जनतेच्या हक्काबरोबरच तिला तिच्या कर्तव्यांची देखील जाणीव करून दिलेली दिसते. उदारमतवादी शासन असेल तर जनतेचे कल्याण होते. भारतामध्येदेखील उदारमतवादी शासन निर्माण झाल्यास जनतेचे कल्याण होणार आहे.

सर्व प्रकारच्या भेदांपासून मुक्त होऊन व्यक्तीला न्याय देणाऱ्या मार्गाचा, समतेचा स्वीकार करणे, कायद्याचे पालन करणे म्हणजे उदारमतवाद होय, असे रानडे मानत. भारतीय समाजात हा उदारमतवाद संथगतीने स्वीकारला जाईल व तसाच तो स्वीकारला तरच तो उपयोगी ठरतो असे रानड्यांचे मत होते.

रानड्यांनी उदारमतवादाची सांगड परंपरेशी घातली, कारण भारतीय समाज हा परंपरागत आहे, त्याला पाश्चिमात्य उदारमतवादी विचार पूर्णपणे मानवणारा नाही त्यामुळे त्याला जेवढा पचनी पडतो तेवढाच हळुवारपणे देण्याचा प्रयत्न रानडे करतात. रूढी, परंपरा चुकीच्या ठरवून त्या नाकारल्या तर समाज त्यास पाठिंबा देणार नाही. याउलट त्यामधील दोष दाखवून त्यामध्ये हळुवार पद्धतीने सुधारणा करणे रानड्यांना जास्त गरजेचे वाटते.

रानड्यांनी त्यांच्या विचारांमध्ये व्यक्तिवाद व राष्ट्रवाद यांचा समन्वय साधलेला दिसतो. त्यांनी व्यक्ती हिताबरोबरच राज्यसंस्थेचा अर्थव्यवस्थेतील हस्तक्षेप महत्त्वाचा मानला, तसेच राज्याचा आधार हा शक्ती किंवा सत्ता नसून तो लोकांची इच्छा आहे असे रानडे म्हणतात. रानडे व्यक्तीच्या स्वातंत्र्याला व हक्काला महत्त्वाचे स्थान देतात. व्यक्तीस्वातंत्र्य व हक्क असले पाहिजेतच पण नागरी हक्कदेखील व्यक्तीला मिळाले पाहिजेत. रानड्यांनी स्त्रियांनादेखील पुरुषांप्रमाणे हक्क असले पाहिजेत या मताचा

स्वीकार केला. स्त्री व पुरुषांच्या हक्कांना, स्वातंत्र्याला राज्य व समाज संरक्षण देतात, म्हणून रानड्यांनी या संस्थांना महत्त्वाचे स्थान दिले. राज्यापेक्षा देखील व्यक्तीच्या हक्कांच्या संदर्भात रानडे समाजाला महत्त्व देतात. समाजाने मान्यता दिली तरच कायदा हक्काची हमी देऊ शकतो म्हणून रानडे म्हणतात, कायद्यांना समाजाचे संरक्षण असले पाहिजे. समाजाने कायद्यांचा स्वीकार केला पाहिजे.

रानडे यांच्या उदारमतवादाची वैशिष्ट्ये

१) व्यक्तिस्वातंत्र्य

न्या. रानडे यांच्या विचारांचे अधिष्ठान म्हणजे व्यक्तिस्वातंत्र्याचा त्यांचा सिद्धान्त. रानड्यांचे व्यक्तिस्वातंत्र्याचे तत्त्व मानवाच्या सदसद्विवेकबुद्धीच्या संकल्पनेवर आधारलेले आहे. मानवास सदसद्विवेकबुद्धी असते ही बुद्धी इतर प्राण्यांकडे नसते. त्यांचे वर्तन सहजप्रेरणांनी प्रेरित झालेले आहे. चांगले व वाईट, योग्य व अयोग्य यामध्ये निवड करण्याचे स्वातंत्र्य फक्त मानवाकडे असते. सदसद्विवेकबुद्धीमुळे या विश्वात मानवाला उच्च पातळी प्राप्त झालेली आहे. परमेश्वर या सदसद्विवेकबुद्धीद्वारेच प्रत्येक मानवामध्ये प्रकट होत असतो म्हणूनच सदसद्विवेकबुद्धी म्हणजे परमेश्वराचा आवाज, जो मानवाने ऐकलाच पाहिजे व त्याप्रमाणे वर्तन केले पाहिजे. असा हा एकमेव आवाज आहे. चांगले-वाईट, योग्य-अयोग्य हे इतरांनी कोणीही सांगितले म्हणून ठरवू नये. परावलंबित्व आणि अगतिकपणा त्या ऐवजी परमेश्वराच्या आवाजास जबाबदार असणारे स्वातंत्र्य स्वीकारले पाहिजे. प्रत्येकाने स्वत:बद्दलचा आदर बाळगला व वाढविला पाहिजे. अधिकाराबद्दलच्या आदरापोटी किंवा एखाद्याबद्दलच्या भावनेपोटी कोणीही आंधळेपणाने काहीही स्वीकारू नये. सदसद्विवेकबुद्धीच्या वाटेत कोणताही अडथळा आणू नये. ती परमेश्वराची आज्ञा असते. म्हणूनच रानडे रूढी व परंपरेच्या मानवावरील बंधनाविरुद्ध होते. आपले वर्तन रूढींच्या बंधनातून मुक्त केले पाहिजे. रूढींच्या प्राबल्यामुळे मानव स्वत:च्या स्वाभाविक भावनांकडे दुर्लक्ष करतो आणि योग्य-अयोग्य यात भेद करण्याची ताकद गमावून बसतो. धार्मिक ग्रंथ, रूढी, महान व्यक्तीच्या परंपरा यांना शरण जाण्याऐवजी स्वत:च्या आतल्या सदसद्विवेकबुद्धीच्या आवाजास आपण शरण गेले पाहिजे. सदसद्विवेकबुद्धीचे स्वातंत्र्य हेच खरे स्वातंत्र्य होय. राजकीय व सामाजिक सोयीसाठी केलेल्या तात्कालिक विचारांपेक्षा सदसद्विवेकबुद्धीचे प्रमाण अधिक महत्त्वाचे आहे. व्यक्तीचे स्वातंत्र्य म्हणजेच सदसद्विवेकबुद्धीचे व इच्छेचे स्वातंत्र्य होय. धार्मिक क्षेत्रांमधील स्वातंत्र्याचा विचारही रानड्यांनी केला होता. सामाजिक क्षेत्रांत त्याप्रमाणे कोणीही अंतिम महत्त्वाचा दावा करू शकत नाही; त्याप्रमाणे धार्मिक बाबतीतही असा दावा कोणी करू शकत नाही. कारण त्यामुळे मानवाची बुद्धी

चालेनाशी होते व तो गुलामाच्या पातळीला जाऊन पोहोचतो. हिंदू लोकांनी कर्मसिद्धान्ताच्या प्रभावामधून सुटका करून घेतली पाहिजे. या सिद्धान्तास कोणीही शरण जाऊ नये; कारण त्यामुळे मानवाची प्रगतीची इच्छा व वर्तनाचे स्वातंत्र्य नष्ट पावते. संतांच्या चळवळीचे महत्त्व रानड्यांनी याच संदर्भात पटवून दिले आहे; कारण संतांच्या धर्मसुधारणेच्या कार्यामागे धार्मिक क्षेत्रांत व्यक्तिस्वातंत्र्य स्थापन करण्याचा हेतू होता आणि म्हणून व्यक्ती व त्याचा आत्मा याचे महत्त्व प्रतिपादन करून संतांनी संस्कृत भाषा, धार्मिक चालीरिती, कर्मकांड, योग, भटभिक्षुकांचा वर्ग, यांच्यात अधिकारास आणि प्राबल्यास सक्त विरोध केला. या संदर्भात युरोपातील प्रॉटेस्टंट पंथात व संतांच्या कार्यात रानड्यांना खूपच साम्य आढळते. व्यक्तिस्वातंत्र्यावरील मर्यादाही रानड्यांनी स्पष्ट केल्या आहेत. स्वत:च्या सदसद्विवेकबुद्धीचे अधिकार महत्त्वाचे आहेत असे मानणाऱ्यांनी इतर व्यक्तींच्या अधिकारावर मर्यादा येत नाहीत आणि सामाजिक नीतिमत्तेला धक्का पोहोचत नाही हे पाहिले पाहिजे. जात, रूढी, परंपरा यांच्या बंधनांऐवजी स्वत:च स्वत:ला बंधन घालून घेतले पाहिजे.

२) समानता

समाजातील इतर घटकांचे स्वातंत्र्य व अधिकार हे व्यक्तिस्वातंत्र्यावरील बंधन असते. स्वातंत्र्य समानतेशिवाय नांदू शकत नाही. इतरांना माझ्याइतकेच स्वातंत्र्य उपभोगण्याचा अधिकार आहे हे व्यक्तिस्वातंत्र्याच्या संकल्पनेत गृहीत असते, असे रानड्यांनी मानले होते. या दृष्टीने त्यांनी धर्मातील असमानता अमान्य केली. योगमार्ग आणि ज्ञानमार्ग त्यांनी वर्ज्य ठरविले आणि त्या ऐवजी भागवत धर्माचा पुरस्कार केला. कारण योगमार्ग, ज्ञानमार्ग शूद्रांना अधिकार देत नाहीत. ज्ञानमार्ग काही निवडक लोकांसाठीच आहे. योगमार्ग सामान्यांना कठीण जातो. भागवतधर्मात समानता मानली आहे. जन्माधिष्ठित व वंशपरंपरेवर आधारित विषमतेस रानड्यांचा विरोध होता. भागवत धर्माने जातीपलीकडे जाऊन समानतेचा पुरस्कार केला होता. प्रत्येकास ज्ञान मिळवण्याचा अधिकार असला पाहिजे. नाहीतर, बहुसंख्य लोक अंधश्रद्धा व अज्ञानाच्या अंधारात चाचपडत असतात. लहानात लहान समूहाचा सभासद असण्याबद्दलचा अभिमान बाळगण्याच्या वृत्तीवर रानड्यांनी टीका केली. जातिसंस्था प्रत्येक व्यक्तींचा रोटी–बेटी व्यवहार लहानातील लहान समूहात मर्यादित करते. यातून अलगतेची भावना निर्माण होते. अलगतेच्या भावनेऐवजी भ्रातृभाव निर्माण केला पाहिजे. अलगता, वेगळेपणा, अस्पृश्यता याऐवजी भ्रातृभावामुळे समाजाची प्रगती होते. रानडे परमेश्वरवादी होते. सर्व स्त्री-पुरुष परमेश्वराची लेकरे आहेत आणि त्यांच्या नजरेत भेदाभेद नाही या तत्त्वावर त्यांचा विश्वास होता. सामूहिक प्रार्थनेमुळे सर्व लोक एका पातळीवर येतात व सर्वांना आपले भाऊ समजू लागतात म्हणून त्यांनी प्रार्थना समाजात अशा प्रार्थनेचा पुरस्कार केला होता. व्यक्तिस्वातंत्र्याची रानड्यांची संकल्पना संकुचित नव्हती.

स्त्रियांच्या स्वातंत्र्याचाही विचार त्यांनी केला होता. स्त्रियांनादेखील विकासाची समान संधी मिळावी, पुरुषमंडळी राजकीय हक्कांसाठी भांडतात मात्र ते स्त्रियांच्या सामाजिक दर्जाबाबत दुर्लक्ष करतात. हे त्यांना तर्कविसंगत वाटले. स्त्रियांच्या हक्कांचा ऐतिहासिक आढावा घेऊन रानड्यांनी विवाह, शिक्षणाच्या क्षेत्रांत स्त्रियांना समान दर्जा होता. पुढे मध्ययुगात त्यांच्या हक्कांवर मर्यादा आल्या. आधुनिक काळात स्त्रियांना समान स्वातंत्र्य व दर्जा मिळावा. विवाहसंस्था व कुटुंब यामध्ये योग्य त्या सुधारणा करून स्त्रियांना दर्जा दिला पाहिजे, असे त्यांचे मत होते.

३) राजकीय व्यवस्था

व्यक्तिस्वातंत्र्य ज्या राजकीय व्यवस्थेत अबाधित राहू शकेल अशीच राजकीय व्यवस्था हिंदुस्थानात विकसित व्हावी असा विचार रानड्यांनी मांडला होता. त्या दृष्टीने हुकूमशाही, राजेशाही यांसारख्या पद्धती त्यांनी त्याज्य ठरविल्या होत्या. मानवी स्वभावाच्या व व्यक्तिमत्त्वाच्या अंगभूत प्रतिष्ठेकडे पाहण्याच्या क्षमतेवर या पद्धतींचा वाईट परिणाम होतो. परकीय राज्यांत तर राज्यकर्ते आपल्या नैसर्गिक व वांशिक वर्चस्वाच्या गप्पा मारू लागतात. उलट, स्वराज्यात कायदा जनतेच्या संमतीनुसार होतो. न्याय व योग्य पद्धतीचा अवलंब करून दिला जातो. कर संमतीने लादले जातात. त्यावेळच्या ब्रिटिश राज्यात सत्तेचे विभाजन नव्हते. हिंदुस्थानातील पूर्वीच्या काळातील राज्यातही असे विभाजन नव्हते; परंतु धर्माचे तरी बंधन होते. राज्यात तेही नाही; म्हणून सत्ता विभाजन झाले पाहिजे आणि न्यायसंस्था स्वतंत्र केली पाहिजे. रानडे यांनी जबाबदार आणि प्रातिनिधिक शासनव्यवस्था आदर्श मानली होती. ब्रिटनमध्ये जी व्यवस्था होती, ती त्यांना आदर्श वाटत होती. तशीच पद्धत इकडेही अवलंबावी अशी मागणी त्यांनी केली होती. हळूहळू लोकांचे प्रतिनिधीत्व वाढवून या देशात अशी पद्धत अंमलात आणावी, त्याप्रमाणे सत्तेचे विकेन्द्रीकरणही करावे, त्यासाठी स्थानिक स्वराज्य संस्थांचा रानड्यांनी पुरस्कार केला होता. स्थानिक शासन संस्थांना जास्तीत जास्त अधिकार द्यावेत. तांत्रिक ज्ञान केंद्रातील सत्तेने पुरवावे पण सत्ता स्थानिक संस्थेकडेच राहावी. स्थानिक स्वराज्य संस्था राजकीय शिक्षणाच्या शाळा आहेत असे त्यांचे मत होते.

४) शासनसंस्थेचे कार्य

जबाबदार आणि प्रातिनिधिक शासन व्यवस्थेकडे लोकांचे राजकीय स्वातंत्र्य कायम राहते पण याचा अर्थ असा नव्हे की, रानड्यांना शासनसंस्थेचा समाजाच्या विविध अंगांमधील हस्तक्षेप अमान्य होता. याउलट, त्यांनी असे म्हटले आहे की, राज्यसंस्था व्यक्तीचे जीवन सुखी व परिपूर्ण करण्यासाठी अस्तित्वात येत असते.

तिच्या सामूहिक स्वरूपात उत्तम नागरिकांमधील सत्ता शहाणपण, दया यांचे ती प्रतिनिधित्व करीत असते. हिंदू समाजामध्ये स्वयंशासनाची क्षमता नाही. अशा प्रकारच्या स्वयंशासनाच्या ऐवजी कायद्याची बंधने आणावी लागतात. कायद्याची बंधने बदलणे सोपे असते. रूढी बंद करण्यासाठी जेव्हा कायदा केला जातो तेव्हा जुनी बंधने नष्ट होतात आणि लवचिक बंधने आणली जातात. जेव्हा समाजात मोठ्या प्रमाणावर अन्याय होत असेल किंवा सामाजिक हानी होत असेल तेव्हा शासनाने हस्तक्षेप करावा. शासन परिणामकारकरीत्या त्याचा नायनाट करू शकते. शासनसंस्थेच्या कार्याची मर्यादा फक्त शांतता व सुव्यवस्था राखण्यापुरतीच मर्यादित ठेवली तर सामाजिक संघटनेच्या फार मोठ्या फायद्यापासून समाज वंचित राहील. शासनसंस्थेचे कार्य फक्त सामाजिक क्षेत्रापुरतेच मर्यादित न करता आर्थिक बाबतीतही तिने महत्त्वाची कामगिरी बजावावी, या मताचा रानड्यांनी आपल्या अर्थशास्त्रविषयक लिखाणात पाठपुरावा केला आहे. रानड्यांचा हा सिद्धान्त त्यांच्या अर्थशास्त्राबद्दलच्या संकल्पनेवर आधारलेला आहे. एकच अर्थशास्त्र सर्व काळात व सर्व ठिकाणी लागू पडत नसते. त्यातील सिद्धान्त राष्ट्राच्या प्रगतीच्या अवस्थेकडे पाहूनच लागू केले पाहिजे. इंग्लंडमध्ये जी तत्त्वे लागू पडतात ती तशीच हिंदुस्थानसारख्या अर्थव्यवस्थेस उपयोगी पडणार नाहीत. इंग्लंडमध्ये प्रगत झालेले अभिजात अर्थशास्त्र काही गृहीत तत्त्वांवर आधारलेले आहे; परंतु तशी परिस्थिती इतरत्र असेलच असे नाही. मुक्त अर्थव्यवस्थेची तत्त्वे येथील अर्थव्यवस्थेस निरुपयोगी आहेत. येथील अर्थव्यवस्थेच्या वैशिष्ट्यांवर येथील पुनर्विचार सुरू झालेला आहे. इंग्लंडमध्येही शासनसंस्थेने हस्तक्षेप करण्यास सुरुवात केली आहे. अशा प्रकारे भारतीय अर्थशास्त्राचा आकृतिबंध तयार करून रानड्यांनी त्यावेळच्या शासनाने येथील मागासलेल्या अर्थव्यवस्थेत कशा प्रकारे हस्तक्षेप करावा हे दाखवून दिले आहे. त्यांनी औद्योगिकरणाशिवाय या देशात आर्थिक प्रगती होणार नाही हा सिद्धान्त मांडला व शासनाने या औद्योगिकरणाच्या प्रक्रियेस सर्वतोपरी मदत करावी अशी मागणी केली. कारखानदारीची प्रगती होण्यासाठी पतपुरवठा, नव्या उद्योगधंद्याची सुरुवात, कच्च्या मालाचा वापर, तांत्रिक ज्ञानाची वाढ या मार्गांचा अवलंब करावा. उद्योगधंद्याच्या बरोबरीने शेतीच्या व्यवसायातही शासनास बऱ्याच गोष्टी करता येण्यासारख्या आहेत असे त्यांचे मत होते. जमीन महसूल पद्धतीत सुधारणा, ग्रामीण पतपुरवठा व्यवस्था, उत्पादनाचे आधुनिकीकरण इत्यादी योजनांमार्फत शेती व्यवसायात सुधारणा करावी असा विचार त्यांनी मांडला. त्याप्रमाणे आंतरराष्ट्रीय व्यापारातील मुक्त व्यापार तत्त्वाचा त्याग शासनाने करावा अशी मागणी त्यांनी केली होती. नव्या अर्थव्यवस्थेतील उद्योगधंद्यांना संरक्षण देणे हे शासनाचे कर्तव्य असते, असे तत्त्व या संदर्भात त्यांनी स्वीकारले होते.

५) धार्मिक सुधारणा

रानड्यांच्या तत्त्वज्ञानाच्या वरील विवेचनात एक गोष्ट जाणवते, ती म्हणजे रानड्यांनी धर्मसुधारणेस दिलेले असाधारण महत्त्व. त्यांच्या उदारमतवादामध्ये धर्मविचारास इतके महत्त्व दिले आहे याचे कारण म्हणजे त्यांची धर्मावरील व परमेश्वरावरील श्रद्धा. धर्मसुधारणा झाल्याशिवाय इतर क्षेत्रांतील सुधारणा व्यर्थ आहेत असा त्यांचा विश्वास होता. शिवाय त्यांच्या काळात नास्तिकत्व वादाकडे तरुण वर्ग वळू लागण्याची भीती वाटत होती. धर्मात योग्य ते फेरफार करून या वर्गाचे धर्माचे आकर्षण कायम राखणे त्यांना गरजेचे वाटत होते. धर्मामध्ये व्यक्तिस्वातंत्र्य व समानता या तत्त्वांची स्थापना करणे, एकेश्वरवादाचा प्रसार करणे, मूर्तिपूजा, कर्मवाद, भटशाही यास विरोध करणे या गोष्टींचा समावेश त्यांनी धर्मसुधारणेच्या व्यापक संकल्पनेत केला होता.

६) सर्वसमावेशकता

रानड्यांच्या उदारमतवादाचे ठळक वैशिष्ट्य म्हणजे सर्वसमावेशकता. समाजाच्या काही भागात उदारमतवाद आणता येत नाही. सर्वच भागांत एकाचवेळी स्वातंत्र्याची स्थापना करावी लागते. रानड्यांनी समाजसुधारणेस प्राधान्य देऊन राजकीय सुधारणेकडे दुर्लक्ष केले अशी टीका त्यांच्यावर करण्यात येते. पण त्यामध्ये तथ्य नाही कारण तात्त्विकदृष्ट्या रानडे सर्वसमावेशक उदारमतवादावर विश्वास ठेवीत होते. समाज हा जणूकाही प्राणी आहे की, ज्याच्या अंगात प्रगती व्हायची ती एकाचवेळी सर्व अवयवांत. राजकीय हक्कांबाबत तुम्ही मागे पडला असला तर तुम्हाला चांगली समाजव्यवस्था उभी करता येणार नाही. समाजव्यवस्था जोपर्यंत विवेक व न्याय्यावर अधिष्ठित नाही तोपर्यंत तुम्ही राजकीय हक्क वापरण्यास लायक होऊ शकत नाही; जर तुमची समाजव्यवस्था ठीक नसेल तर तुमची आर्थिक प्रगती होऊ शकत नाही व जर तुमची अर्थव्यवस्था रसातळाला गेली असेल तर सामाजिक, धार्मिक व राजकीय सुधारण्याची आशा सोडा, असा विचार न्या. रानडे यांनी आपल्या लिखाणात ठिकठिकाणी मांडलेला आहे.

७) अभिजनवाद

रानड्यांनी असे मानले होते की, उदारमतवादाची चळवळ हिंदुस्थानात जी उभी राहणार ती समाजातील अभिजनवर्गाकडूनच. त्यांनाच या चळवळीचे नेतृत्व करावे लागेल. कोणत्याही समाजात काही निवडक लोकच नेहमी नेतृत्व करीत असतात. सामाजिक व धार्मिकदृष्ट्या हा वर्ग पुढारलेला असतो. त्यांच्याकडे बुद्धिमत्ता, संपत्ती, बचतीची सवय, जात आणि संघटन कौशल्य असते. त्यामुळे त्यांच्याकडेच सर्व नेतृत्वाची जबाबदारी जाते. बहुसंख्य लोक अशिक्षित, अदूरदर्शी, अज्ञानी, असंघटित,

खर्चिक, गरीब असतात. या दोन वर्गातील समतोल राखणे कोणत्याही राजकीय डावपेचांना शक्य होणार नाही. हिंदुस्थानसारख्या मागासलेल्या देशात जी उदारमतवादी समाजव्यवस्था आणावयाची आहे. धार्मिक, सामाजिक, राजकीय व आर्थिक क्षेत्रांत जी सुधारणा घडून आणावयाची आहे, त्या कार्यात अभिजनवर्ग पुढाकार घेणार व असा पुढाकार घेण्याची क्षमता फक्त त्यांच्यातच आहे व असते. असा पक्का सिद्धान्त रानड्यांनी अगदी स्पष्ट शब्दांत सांगितला होता. या अभिजनवर्गात इंग्रजी शिक्षण घेतलेल्या सुशिक्षित वर्गाचा त्यांनी समावेश केला होता. परंपरावादी शक्तीच्या विरुद्ध कार्य करू शकणारा हा सुशिक्षितांचा वर्ग म्हणजे भारतीय उदारमतवादाचा आत्माच होय अशी त्यांची धारणा होती. समाजात सुधारणा घडून आणण्याची त्यांच्यावर जबाबदारी होती. याच कारणासाठी रानड्यांनी उच्च शिक्षणावर भर दिला होता. या समाजातील अभिजनवर्गास उपयोगी शिक्षण देणे हे समाजाच्या हिताचे आहे, असे त्यांनी सांगितले. प्राथमिक शिक्षणास फार पैसा खर्च न करता उच्च शिक्षणावर तो खर्च करावा. वंशपरंपरेने ज्या वर्गाकडे शिक्षणाचे कार्य होते त्यांनी शिक्षण देण्यावर जोर द्यावा आणि या सुशिक्षितांना सरकारी नोकरीमध्ये जागा द्याव्यात. या स्वरूपाच्या त्यांच्या मागण्यांवरून लक्षात येते की, ब्राह्मण वर्ग ब्राह्मणजातीच्या जवळील इतर जातींच्या शिक्षणावर त्यांनी जोर दिला होता. ब्राह्मण लोकच नेतृत्व करू शकतील असा विश्वास औद्योगिक परिषदेच्या पुढे केलेल्या भाषणातही त्यांनी स्पष्ट केलेला आहे. मतदानाचा हक्क कोणास द्यावा हे सांगत असताना रानड्यांनी हे पुन्हा पुन्हा स्पष्ट केले आहे की, जो वर्ग पुरेसा शिकलेला आहे व श्रीमंत आहे त्यांनाच मतदानाचा हक्क द्यावा. पदवीधर व विशिष्ट कर देण्याऱ्यांमार्फत प्रतिनिधी निवडावे. त्याचप्रमाणे जमीनदार व वतनदार लोकांकडून त्यांचे प्रतिनिधी कायदेमंडळावर पाठवावेत, असा विचार त्यांनी मांडला होता. जमीनदार व वतनदारांचा वर्ग समाजाचे पारंपारिक नेतृत्व करणारा वर्ग आहे; व तो समाजाच्या उपयोगाचाही आहे म्हणून अभिजन वर्गात सुशिक्षित वर्गाबरोबरच श्रीमंत व जमीनदारांचादेखील रानड्यांनी समावेश केला होता. जमीन सुधारण्याबद्दलचे त्यांचे विचार जमीनदारांच्या बाजूचे होते. संपत्ती असलेल्या लोकांचा पुढाकार शेतीसाठी जरूर आहे, असे त्यांना वाटत होते. आधुनिक तंत्रज्ञानाचा वापर करणारा श्रीमंत शेतकरी शेतीची प्रगती करू शकेल असेही त्यांनी म्हटले होते. यावरून असे लक्षात येते की, रानड्यांचा असा विश्वास होता की, अभिजनवर्गाकडून या देशाची सर्वांगीण प्रगती होऊ शकेल.

८) मवाळ धोरण

रानड्यांचा राजकीय पक्ष मवाळ पक्ष म्हणून ओळखला जात होता; इतके हे महत्त्वाचे वैशिष्ट्य आहे. उदारमतवादाची प्रगती हळूहळू होणार आहे व ती हळूहळू

व्हावी असे त्यांनी अनेक ठिकाणी म्हटले आहे. फार दूरच्या आणि अशक्य कोटींतल्या कल्पनांच्या मागे लागण्याऐवजी जवळच्या भासणाऱ्या ध्येयाकडे रोज थोडी थोडी वाटचाल करावी. खरी वाढ, प्रगती व्हावयाची असेल तर ती हळूहळू व्हावी लागते. एक टप्पा पूर्ण करून पुढच्या टप्प्याकडे जावे. एक सुधारणा पदरात पाडून घ्यावी व पुढील सुधारणेच्या मागे लागावे. उठाव, क्रांती या पद्धती त्यांनी त्याज्य ठरवल्या होत्या. समाजापासून फटकून राहून, दूर जाऊन सुधारणा करणे त्यांना मान्य नव्हते. उदारमतवादाचा नवा विचार परंपरावादी समाजास एकंदर पचनी पडणार नाही, रुचणार नाही याची कल्पना असल्यामुळे रानडे नेहमी मवाळ धोरणाचा अंगीकार करत असत. भारतीय इतिहासाची साक्ष देऊन त्यांनी म्हटले होते की, शतकानुशतके या समाजाची प्रगती होत आली आहे पण एकदाही परंपरा मोडली गेली नाही. साखळी तुटली नाही. आपल्या महान परंपरेचा रानड्यांना रास्त अभिमान होता. हिंदू समाजामध्ये असलेला स्थितिवाद नेहमी त्यांच्या उपयोगीच पडला आहे. त्याने नवीन कल्पना रुजण्यास विरोध झाला नाही. हळूहळू प्रगती झाल्याने समाजाची घडी विस्कटणार नाही, शांतता भंग पावणार नाही; म्हणून त्यांनी घटनात्मक पद्धतीने व कायदेशीर मार्गाने जावे असे सांगितलेले आहे. मवाळ धोरणातच एक भाग म्हणजे परंपरेची पद्धत. नव्या सुधारणा प्राचीन ग्रंथांप्रमाणे, धर्मशास्त्राप्रमाणे कशा बरोबर आहेत हे सांगणे, आपल्या समाजाच्या इतिहासात तत्कालीन सुधारणेच्या चळवळीस काही समांतर उदाहरणे, पाठिंबा मिळतो का? याचा शोध घेणे इत्यादी गोष्टींतून परंपरेची पद्धत राखण्याचा रानडे यांचा प्रयत्न दिसतो. स्त्री सुधारणेबाबत किंवा प्रार्थना समाजाच्या तत्त्वज्ञानाबाबत त्यांनी परंपरेचे दाखले दिले. भागवत धर्माचा आधार घेऊन नव्या धर्मसुधारणा लोकांना पचनी पडतील असे त्यांना वाटले.

९) इतर वैशिष्ट्ये

वरील महत्त्वाच्या वैशिष्ट्यांशिवाय रानडे यांची उदारमतवादाची इतरही काही वैशिष्ट्ये नमूद करणे जरूर आहे. त्यातील पहिले वैशिष्ट्य म्हणजे त्यांचा शिक्षणावरील विश्वास, शिक्षणामुळे व्यक्तीची प्रगती होते. त्यामुळे तो रूढी व परंपरेच्या बंधनातून बाहेर पडतो. नवे विचार ग्रहण करू शकतो. व्यक्तिस्वातंत्र्यांचे महत्त्व त्याला पटू शकते. त्याशिवाय शिक्षणामुळेच व्यक्तीला राजकारण समजू शकते, असा विश्वास त्यांच्या लिखाणात सर्वत्र व्यक्त झालेला आढळतो. सुशिक्षित वर्गच उदारमतवादाचा वाहक होईल त्याबद्दल त्यांना खात्री होती हे आपण वर नमूद केले आहेत. राष्ट्रस्वातंत्र्यावरील मर्यादा हे रानड्यांच्या उदारमतवादाचे आणखी एक वैशिष्ट्य म्हणूनच सांगता येईल. उदारमतवादाच्या सिद्धान्तात राष्ट्राचे स्वातंत्र्य अंतर्भूत केलेले आहे; परंतु रानड्यांनी हे

तत्त्व जसेच्या तसे स्वीकारले नव्हते. ब्रिटिश साम्राज्यामुळे शांतता प्रस्थापित होऊन सुधारणा घडवून आणल्या व उदारमतवादाची सुरुवात झाली हे त्यांनी जाणले होते. ब्रिटिश साम्राज्य ही परमेश्वर योजना आहे असे सांगून त्यांनी या संबंधाचा जास्तीत जास्त फायदा घ्यावयाचा असे प्रतिपादन केले होते.

सारांश

रानड्यांच्या उदारमतवादी विचारांचा वरीलप्रमाणे आढावा घेतल्यानंतर असे जाणवते की, त्यांच्यावर राजकीय विचारांचा सखोल परिणाम झाला होता. विशेषत: जॉन स्टुअर्ट मिल, उदारमतवादी परंपरा, हबर्ट स्पेन्सर आणि इंग्लंडमधील चिद्‌वादी विचारवंत यांच्या तत्त्वज्ञानाचा परिणाम त्यांच्या उदारमतवादावर झालेला स्पष्टपणे लक्षात येतो. रानडेंनी जे उदारमतवादी विचार मांडले ते अतिशय महत्त्वपूर्ण आहेत. भारतीय समाजात उदारमतवादी विचार स्वीकारला गेला, तरच त्याचा विकास होईल, अन्यथा भारतीय समाज परंपरागत राहील. पाश्चिमात्य उदारमतवादी विचार भारतीय परिस्थितीनुसार स्वीकारला गेला तर तो नव्या सामाजिक बदलाचा महत्त्वपूर्ण भाग ठरणार आहे. व्यक्तीवरील सर्व बंधने काढून टाकून तिला विवेकाच्या आधारे मुक्तपणे जीवन जगण्यासाठीची परिस्थिती समाजाने व राज्याने निर्माण करून दिली तर व्यक्तीचा विकास होऊ शकतो. अशा प्रकारे रानड्यांचे उदारमतवादी विचार सांगता येतात.

ब) भारतातील ब्रिटिश राजवटीसंबंधीचे मत

प्रस्तावना

न्यायमूर्ती रानडे यांनी हिंदुस्थानातील ब्रिटिश राजवटीसंबंधी अनुकूल मते मांडली होती. ब्रिटिश राजवटीबद्दल रानड्यांच्या मनात एकनिष्ठतेची व कृतज्ञतेची भावना होती. ब्रिटिश सरकारचा चांगुलपणा किंवा सद्‌भावावर त्यांचा विश्वास होता. ब्रिटिशांसारखे उदारमतवादी राज्यकर्ते जर आपणाला लाभले नसते, तर देशामध्ये प्रबोधनाची प्रक्रिया घडून आली नसती किंवा पारंपारिक समाज हा आधुनिक झाला नसता. ब्रिटिश सरकारने आपल्याला जी आश्वासने दिली आहेत, ती सनदशीर मार्गानेच आपण प्राप्त करून घेतली पाहिजेत असे रानडेंचे म्हणणे होते.

- **ब्रिटिश राजवटीबद्दल प्रतिकूल मत**

१) ब्रिटिश सरकारच्या आर्थिक धोरणावर टीका

ब्रिटिश राजवटीबद्दल रानडे जरी अनुकूल असले, तरी ब्रिटिश सरकारच्या चुकीच्या धोरणावर त्यांनी टीका केलेली दिसते. या देशाच्या दारिद्र्याला जशी ब्रिटिश सरकारची आर्थिक धोरणे जबाबदार आहेत, तशीच भांडवलाचा तुटवडा, पतपुरवठ्याची

चुकीची पद्धत, आत्मविश्वास व नवीन काही करण्याचा अभाव ही कारणेदेखील जबाबदार आहेत. ब्रिटिश सरकारच्या धोरणांमुळे उद्योगधंद्यांचा ऱ्हास होत आहे, तर दुसऱ्या बाजूला शेतीवर अवलंबून असणाऱ्यांची संख्यादेखील वाढत आहे. सरकारने औद्योगिकीकरणावर भर दिला पाहिजे, तसेच संपत्तीचे वाटप करण्यापेक्षा शासनाने उत्पादन प्रक्रियेवर विशेष भर द्यावा असे रानडेंचे मत होते.

ॲडम स्मिथ व रिकार्डो यांनी मांडलेले आर्थिक क्षेत्रातील तटस्थतेचे धोरण पाश्चिमात्य देशांना उपयोगी ठरू शकते, परंतु हिंदुस्थानसारख्या गरीब, मागासलेल्या देशाला ते उपयोगाचे नाही, त्यामुळे शासनाने हे धोरण हिंदुस्थानमध्ये अमलात आणू नये. याउलट शासनाने शेती व उद्योगाच्या विकासाचे धोरण आखून त्याची अंमलबजावणी करावी असे मत रानडे मांडतात. शासनाने धोरण आखताना विकासाची किमान संधी सर्वांना उपलब्ध करून द्यावी.

२) ब्रिटिश सरकारच्या संस्थानिकांबद्दलच्या धोरणावर टीका

हिंदुस्थानमधील त्यावेळेचे संस्थानिक हे अनेक वाईट मार्गांचा अवलंब करणारे होते. ब्रिटिश सरकार या संस्थानिकांच्या वाईट वागणुकीवर नियंत्रण घालण्याऐवजी त्याकडे दुर्लक्ष करीत होते. रानड्यांच्या मते, ब्रिटिशांनी वाईट वर्तन करणाऱ्या संस्थानिकांच्या हातून राजकीय सत्ता काढून घेतली पाहिजे, परंतु ब्रिटिश सरकार मात्र जो संस्थानिक ब्रिटिश राजवटीशी प्रामाणिक आहे, त्याच्या संस्थानाला अधिमान्यता देते, मग तो संस्थानिक जनतेची प्रचंड प्रमाणात छळवणूक करित असेल तरीसुद्धा रानडेंनी यावर टीका केली व जनतेच्या मताला शासनाने महत्त्व दिले पाहिजे, कारण राजा आला गेला तरी संस्थान कायम असते असे मत मांडले.

३) ब्रिटिश शासनाच्या हस्तक्षेप न करण्याच्या धोरणावर टीका

न्यायमूर्ती रानडे यांनी ब्रिटिश शासनाच्या व्यक्तीच्या जीवनात हस्तक्षेप न करण्याच्या धोरणावर टीका केली आहे. न्यायमूर्ती रानडे हे व्यक्तिस्वातंत्र्यवादी होते. त्यांनी व्यक्तिस्वातंत्र्याचा आग्रह धरला; परंतु युरोपमध्ये उदयाला आलेल्या व्यक्तिवादी विचारांना विरोध केला. युरोपमधील व्यक्तिवादानुसार व्यक्तिच्या जीवनामध्ये शासनसंस्थेने कमीत कमी हस्तक्षेप करावा. जे शासन कमीत-कमी अधिकारांचा वापर करते ते उत्कृष्ट शासन होय. ॲडम स्मिथ, जॉन स्टुअर्ट मील या विचारवंतांच्या मते, मनुष्याला आपले हित कशात आहे हे कळते. चांगले व वाईट यामध्ये तिला फरक करता येतो. व्यक्तीला शासनाच्या सहकार्याची, मदतीची गरज असत नाही; म्हणून शासनाने व्यक्तीच्या जीवनात हस्तक्षेप करू नये. ब्रिटिश शासन हिंदुस्थानबाबत हे धोरण अमलात आणू शकत नाही असे न्यायमूर्ती रानडे यांनी म्हटले आहे. ब्रिटिश शासनाचे

धोरण हे स्थल, काल, परिस्थितीनुसार बदलणारे असले पाहिजे. भारतातील परिस्थिती आणि युरोपमधील परिस्थिती यामध्ये साम्य असूच शकत नाही. या दोन परिस्थितीमध्ये निश्चितच भेद आहे. युरोपमध्ये जे धोरण उपयोगी ठरले ते हिंदुस्थानमध्ये उपयोगी होईलच असे नाही. हिंदुस्थानसारख्या अविकसित देशात सामाजिक, आर्थिक, राजकीय क्षेत्रांत ब्रिटिश सरकारने हस्तक्षेप करावा. तसेच पुढाकार घेऊन शासनाने भारतीय समाजामध्ये सुधारणा घडवून आणल्या पाहिजेत. रानडे म्हणतात, ब्रिटिश शासनाची भूमिका व्यक्तीविकास करणारी असली पाहिजे. रानडे ब्रिटिश सत्ता व्यक्तीच्या स्वातंत्र्यामधील अडथळा आहे असे मानीत नव्हते. याउलट, व्यक्ती विकास व व्यक्तिस्वातंत्र्याचे संरक्षण या कार्यामध्ये ब्रिटिश शासनाची भूमिका अत्यंत महत्त्वाची आहे असा विचार रानडेंनी मांडला. ब्रिटिश सरकार परकीय असले तरीसुद्धा भारतीय समाजामध्ये सुधारणा किंवा विकास घडवून आणण्यामध्ये त्याची भूमिका महत्त्वपूर्ण आहे. शेती, उद्योग, कायदा, समाज सुधारणा, शिक्षण अशा जीवनाच्या सर्वच क्षेत्रांमध्ये ब्रिटिश शासनाने हस्तक्षेप करावा; तसेच पुढाकार घेऊन विकास घडवून आणावा. ब्रिटिश शासनाचे हे कर्तव्यच आहे, असे रानडे म्हणत असत.

• ब्रिटिश राजवटीबद्दल अनुकूल मत

रानडेंनी जरी ब्रिटिश शासनाच्या धोरणावर टीका केली असली, तरीसुद्धा रानडे ब्रिटिश सरकारला परमेश्वरी योगायोग मानतात. ब्रिटिश येथे येण्यामुळे सामाजिक सुधारणा घडून येत आहेत. उदारमतवादी शिक्षणाचा प्रसार होत आहे. पारंपरिक मागासलेल्या समाजाला ब्रिटिश राजवटीमुळेच आधुनिक दृष्टी मिळाली आहे.

न्यायमूर्ती रानड्यांचा ब्रिटिशांच्या न्यायबुद्धीवर विश्वास होता. ब्रिटिश लोक हे परकीय असले तरी ब्रिटिश समाज हा आधुनिक आहे. ब्रिटिश समाजाने आधुनिक विचारांचा स्वीकार केलेला आहे. या प्रगत व आधुनिक ब्रिटिश समाजाशी आपला संबंध आला हे आपल्या दृष्टीने हिताचे आहे, असे रानडे मानत असत. कारण ब्रिटिश शासनाच्या सहकार्यामुळे भारतीय समाजाची राजकीय व सामाजिक प्रगती घडवून आणता येणार होती. भारतातील लोकांचे राजकीय शिक्षण व्हावे ही परमेश्वराची इच्छा आहे. ब्रिटिश लोकांकडे प्रचंड क्षमता असल्याकारणाने भारतीय समाजाचा ते विकास करू शकणार होते. परकीय ब्रिटिश राजवट हे आपल्यावरील संकट आहे व ब्रिटिशांशी संघर्ष घडवून आणला पाहिजे हा जहालवादी विचार रानड्यांना अमान्य होता.

ब्रिटिश शासनाशी संघर्ष न करता सहकार्याचे धोरण स्वीकारूनच देशासमोरील प्रश्नांची सोडवणूक करता येणार आहे, असे रानड्यांचे मत होते. रानडे हे इंग्रजांच्या बाजूचे किंवा समर्थक आहेत अशी टीका रानड्यांवर होत राहिली परंतु रानडे म्हणतात, स्वराज्य प्राप्तीसाठी आवश्यक असणारी सामाजिक व राजकीय प्रगती झालेली नाही.

लोकशिक्षणाद्वारे ही प्रगती घडवून आणली पाहिजे म्हणजे स्वराज्याचे उद्दिष्ट प्राप्त करता येईल. रानडे म्हणतात, भातासारख्या प्रचंड व्याप्ती असलेल्या देशाला ब्रिटिश शासन फार काळपर्यंत पारतंत्र्यात ठेवू शकणार नाही. त्यांना एक दिवस हा देश सोडून जावे लागणार आहे. भारतीयांना स्वातंत्र्य मिळणार आहे; परंतु ते प्राप्त करून घेण्याची अजून वेळ आलेली नाही; तोपर्यंत आधुनिक व प्रगत अशा ब्रिटिश लोकांच्या सहकार्याने आपण आपल्या समाजाची प्रगती घडवून आणली पाहिजे. राजकीय स्वातंत्र्यासाठी भारतीय समाजाला पात्र बनविले पाहिजे असा विचार रानडे मांडतात. ब्रिटिश भारतात येण्याअगोदर भारतीय समाज राजकीय व सामाजिकदृष्ट्या विभागलेला होता. देशात अराजकाची परिस्थिती निर्माण झालेली होती. ब्रिटिश सत्ता भारतात प्रस्थापित झाल्यानंतर ब्रिटिशांनी भारताचे राजकीय आणि प्रशासकीय ऐक्य घडवून आणले. कायद्याचे राज्य निर्माण करण्याची प्रक्रिया सुरू केली. आधुनिक शिक्षणपद्धती भारतात सुरू केली. थोडक्यात, रानड्यांना काही काळ ब्रिटिश राजवट भारतात रहावी असे वाटत होते. ब्रिटिशांमुळे सामाजिक सुधारणा घडून येईल. राजकीयदृष्ट्या भारतीय समाज पात्र होईल. त्याच्यामध्ये क्षमतांचा विकास होईल. असा आधुनिक शिक्षण घेतलेला, आधुनिकतेचा पुरस्कार करणारा भारतीय समाज सहजपणे स्वातंत्र्य, स्वराज्य यासाठी पात्र होईल.

सारांश

अशा प्रकारे न्या. रानडे यांचे ब्रिटिश सरकारबद्दल अनुकूल मत होते, तरीसुद्धा ब्रिटिश सरकारच्या चुकीच्या धोरणांचे त्यांनी समर्थन केले नाही. ब्रिटिश सरकारची जी-जी धोरणे जनतेच्या हिताच्या विरोधामध्ये होती, त्या धोरणांवर न्यायमूर्ती रानडे यांनी टीका केलेली दिसते.

क) राज्य व अर्थव्यवस्था याबाबतचे विचार

प्रस्तावना

न्या. रानडे यांनी उदारमतवाद, सामाजिक, धार्मिक सुधारणा, ब्रिटिश राजवट याबरोबरच राज्य व अर्थव्यवस्थेबाबतदेखील मूलगामी विचार मांडले आहेत. त्यांनी पाश्चिमात्य विचारांचा स्वीकार केला, परंतु तो विचार भारतीय परिस्थितीला जसाच्यातसा लागू न करता त्या विचारांधमध्ये भारतीय परिस्थितीनुसार बदल केले. भारतीय समाजाची सध्याची आर्थिक स्थिती काय आहे, या स्थितीस जबाबदार असणारे घटक कोणते आहेत, तसेच या परिस्थितीतून बाहेर पडण्याचे मार्गदेखील रानडे सांगतात, त्यामुळे रानडेंचे अर्थव्यवस्थेबाबतचे विचार हे व्यवहारी व वास्तववादी दिसतात.

कोणतीही समस्या समजून घेताना तिच्या सामाजिक, राजकीय बाजूबरोबरच आर्थिक बाजूदेखील समजून घेतली गेली पाहिजे. रानड्यांच्या संपूर्ण विचारांमध्ये त्यांच्या आर्थिक विचारांना महत्त्वाचे स्थान असलेले दिसते.

अ) रानडेंचे राज्यव्यवस्थेबाबतचे विचार

रानडेंच्या मते, राज्य तटस्थतेची भूमिका घेवूच शकत नाही. आर्थिक क्षेत्रामध्ये पाश्चिमात्य जगामध्ये ॲडम स्मिथ व रिकार्डो यांचे आर्थिक तत्त्वज्ञान स्वीकारले जाते. ब्रिटिश राज्यकर्ते ते तत्त्वज्ञान भारतात लागू करण्याचा प्रयत्न करीत आहेत, परंतु तो चुकीचा आहे. राज्याने आर्थिक क्षेत्रात तटस्थ राहिले पाहिजे, हे जे लेसेफेअर तत्त्वज्ञान ब्रिटिश शासन अमलात आणत आहे हे देशाच्या हिताला बाधा आणणारे आहे. भारतासारख्या मागासलेल्या देशांमध्ये राज्यसंस्थेची भूमिका आर्थिक विकासात रानडेंना महत्त्वाची वाटते. देशाचा औद्योगिक, कृषी विकास घडवून आणण्यासाठी व या विकासाला योग्य दिशा देण्यासाठी राज्याने स्वत: होऊन पुढाकार घेतला पाहिजे. भारतीय समाजात मोठ्या प्रमाणात आर्थिक विषमता आहे. दारिद्र्याचे प्रमाण प्रचंड आहे. भारतीय समाजातील दारिद्र्य दूर करण्यामध्ये राज्याच्या मदतीची गरज आहे. राज्याने काही वस्तूंचे स्वत: होऊन उत्पादन करावे, काही उद्योगधंद्यांवर स्वत:ची मालकी प्रस्थापित करावी, समाजातील आर्थिक दृष्ट्या दुर्बल घटकांना राज्याने संरक्षण द्यावे. थोडक्यात, रानडेंच्या मते देशाचा आर्थिक विकास घडवून आणण्यामध्ये राज्याने महत्त्वाची भूमिका बजावावी, तसेच विकासाची किमान संधी राज्याने सर्वांना उपलब्ध करून द्यावी.

ब) अर्थव्यवस्थेबाबतचे न्या. रानडेंचे विचार

१) शासनाच्या आर्थिक धोरणावर टीका : रानडे यांनी ब्रिटिश शासनाने भारतासाठी आखलेल्या आर्थिक धोरणावर टीका केली व ब्रिटिश शासनाने भारतासाठी जे आर्थिक धोरण स्वीकारले आहे, ते देशाच्या हिताचे नाही हे त्यांनी दाखवून दिले. रानडेंनी केवळ शासनाच्या आर्थिक धोरणावर टीका केली नाही, तर भारतीय दारिद्र्याला जबाबदार असणारे घटक व त्यावर उपाययोजनादेखील सुचविली आहे. १८९२ साली इंडियन पोलिटिकल इकॉनॉमी या विषयावर दिलेल्या व्याख्यानात रानडे म्हणतात, आर्थिक क्षेत्रात राज्याने तटस्थ राहण्याचे ब्रिटिशांनी स्वीकारलेले धोरण पाश्चिमात्यांसाठी उपयोगी ठरले, परंतु भारतीयांसाठी ते उपयोगाचे नाही. शासनाने शेती व औद्योगिक क्षेत्राच्या विकासाचे धोरण आखले पाहिजे.

२) रानडेंनी केलेली भारतीय दारिद्र्याची मीमांसा : दादाभाई नौरोजी यांनी आर्थिक नि:सारण सिद्धान्त मांडला व भारताच्या दारिद्र्याचे ब्रिटिशांनी भारतीयांच्या

संपत्तीची केलेली प्रचंड लूट हेच महत्त्वाचे कारण असल्याचे विचार मांडले होते, परंतु रानडे भारतीय दारिद्र्याला केवळ एवढेच कारण जबाबदार आहे हे मानत नाहीत. भारतीय दारिद्र्याला याशिवाय इतर अनेक घटक कारणीभूत आहेत असे रानडे सांगतात.

अ) रानडेंनी सांगितलेली भारतीय दारिद्र्याची कारणे

१) देशी उद्योगधंद्यांचा झालेला ऱ्हास

२) शेती हेच प्रमुख उत्पादनाचे साधन बनल्याने शेतीवर अवलंबून असणाऱ्यांच्या संख्येमध्ये झालेली प्रचंड वाढ

३) भांडवल पुरेशा प्रमाणात उपलब्ध नसणे

४) कर्जपुरवठा करणाऱ्या पद्धतीमध्ये दोष

५) नावीन्यपूर्ण कल्पना राबविण्याचा अभाव

६) आत्मविश्वासाचा अभाव

७) ब्रिटिश शासनाचे आर्थिक धोरण

ब) रानडेंनी सांगितलेले दारिद्र्यावरील उपाय

१) देशामध्ये झपाट्याने औद्योगिकीकरण घडवून आणावे.

२) संपत्ती विभाजनापेक्षा अधिक उत्पादनावर जास्त भर दिला जावा.

३) मुक्त अर्थव्यवस्थेस विरोध

४) राज्यसंस्थेचे उद्योगधंद्यांवर नियंत्रण, राज्याची अर्थव्यवस्थेमध्ये महत्त्वपूर्ण भूमिका.

५) शेती क्षेत्रामध्ये आधुनिकीकरणाचा अवलंब केला जावा. शेतीवर अवलंबून असणाऱ्यांची संख्या कमी करण्यात यावी.

दारिद्र्याची कारणे

१) देशी उद्योगधंद्याचा झालेला ऱ्हास : न्यायमूर्ती रानडे यांनी भारतीय दारिद्र्याला देशी उद्योगधंद्याचा झालेला ऱ्हास हे एक कारण सांगितले आहे. ब्रिटिश भारतात आल्यानंतर ब्रिटिशांनी जाणीवपूर्वक येथील उद्योगधंद्यांकडे दुर्लक्ष केले. शेती हा येथील मुख्य उद्योगधंदा होता. त्याकडे दुर्लक्ष केले गेल्याने दारिद्र्यामध्ये वाढ झाली.

२) शेती : भारतीय समाजाचे शेती हे प्रमुख उत्पादनाचे साधन होते. शेतीवर अवलंबून असणारी लोकसंख्या झपाट्याने वाढत गेली. त्या तुलनेत शेती क्षेत्राचा विकास झाला नाही. शेती ही पावसाच्या पाण्यावर अवलंबून होती. पाऊस हा वेळेवर व आवश्यक असा होईलच अशी परिस्थिती नव्हती. शेतीला खात्रीशीर पाणी पुरवठ्याची सोय नसल्याने शेतीतील उत्पन्न हे बेभरवशी स्वरूपाचे होते. त्यामुळे शेतीक्षेत्र अप्रगतच राहिले. त्याचबरोबर अनेक देशी उद्योगधंदे बंद पडले. त्यामुळे अनेक लोक बेरोजगार

झाले. हे बेरोजगार लोक शेतीवर अवलंबून राहू लागले यातून शेतीवर अवलंबून असणाऱ्या लोकसंख्येमध्ये प्रचंड प्रमाणात वाढ झाली. दारिद्र्याचे हे एक कारण रानडेंनी सांगितले आहे.

३) भांडवल पुरेश्या प्रमाणात उपलब्ध नसणे : भारतात उद्योगधंद्यांचा विकास होऊ शकला नाही; त्याचे मुख्य कारण म्हणजे उद्योगधंद्यासाठी लागणारे भांडवल पुरेश्या प्रमाणात उपलब्ध नसणे. नवीन उद्योगधंदे सुरू करण्यासाठी भांडवल लागते व या भांडवलाची कमतरता आहे. कर्ज देण्याची पद्धत देखील पारंपरिक असल्याने भांडवल वेळेवर उपलब्ध होत नाही.

४) कर्जपुरवठा करणाऱ्या पद्धतीमध्ये दोष : भारतामध्ये त्या वेळी सावकारांकडून कर्जपुरवठा केला जात होता. कर्ज पुरवठा करण्याची ही पद्धत पारंपरिक होती. सावकार शेतकऱ्यांना कर्ज देत परंतु त्यामध्ये मोठ्या प्रमाणावर त्याचे आर्थिक शोषण केले जात होते; तसेच वेळेवर कर्जपुरवठा केला जात नसल्याने शेती व उद्योगधंद्याचा विकास होऊ शकत नव्हता.

५) नावीन्यपूर्ण कल्पना राबविण्याचा अभाव : भारतीय समाज हा परंपरागत आहे. त्यांचा रूढी, प्रथा, परंपरा यावर अधिक विश्वास आहे. आपल्या बुद्धीचा वापर करून नव्या कल्पना मांडणे व त्याला प्रत्यक्ष रूप देणे याचा भारतीयांमध्ये अभाव असल्याने दारिद्र्यास हा घटक कारणीभूत ठरत आहे.

६) आत्मविश्वासाचा अभाव : स्वतःच्या परिश्रमातून, कष्टातून आहे त्या परिस्थितीमध्ये बदल घडवून आणता येतो. स्वतःवरती विश्वास ठेवून कार्य केल्यास त्यामध्ये यश मिळविता येते. हा विचार भारतीय लोकांमध्ये दिसत नाही. रानडे म्हणतात की, भारतीय लोकांचा स्वतःवर विश्वास असण्यापेक्षा तो देवावर जास्त विश्वास ठेवतो. आत्मविश्वास कोणत्याही क्षेत्रामध्ये यश मिळविण्यासाठी गरजेचा असतो. भारतीय लोकांच्या दारिद्र्याला हा एक घटक कारणीभूत असल्याचे न्यायमूर्ती रानडे सांगतात.

७) ब्रिटिश शासनाचे आर्थिक धोरण : रानडे म्हणतात की, भारतातील दारिद्र्याला मुख्यतः हे ब्रिटिश शासनाचे आर्थिक धोरणच जबाबदार आहे. ब्रिटिश शासनाला इंग्लंडमध्ये जो माल उत्पादित होत असे त्या मालाला या वेळी बाजारपेठ हवी होती. ती बाजारपेठ म्हणजे 'हिंदुस्थानची बाजारपेठ' म्हणून ब्रिटिश त्याकडे पाहू लागले. इंग्लंडमधील मालाला ब्रिटिशांनी भारतीय बाजारपेठ उपलब्ध करून देण्याचे आर्थिक धोरण आखले. भारतीय बाजारपेठांमध्ये भारतीय वस्तूंबरोबर इंग्लंडमध्ये तयार

झालेल्या वस्तू मिळू लागल्या. भारतीय वस्तूंच्या किमतीच्या तुलनेत इंग्लंडमधील वस्तूंच्या किमती ह्या कमी होत्या; म्हणजेच इंग्लंडचा माल भारतीय बाजारपेठांमध्ये स्वस्तदराने मिळू लागला. त्यामुळे सामान्य लोक स्वदेशी वस्तू खरेदी करण्याऐवजी इंग्लंडमध्ये उत्पादित झालेल्या वस्तू खरेदी करू लागले; त्यामुळे येथील कारागीर व उद्योजक यांचे उद्योग तोट्यात गेले व ते बेकार झाले. ब्रिटिश शासनाने दळणवळणाचे जे धोरण स्वीकारले त्यामधून देखील भारतात मोठ्या प्रमाणावर देशी उद्योगधंद्यांचा ऱ्हास झाला. ब्रिटिशांनी संपूर्ण भारत रेल्वे या दळणवळणाच्या साधनाने जोडला. त्यामुळे आपोआपच इंग्लंडमधून आलेला माल भारताच्या ग्रामीण भागापर्यंतदेखील पोहचविला गेला यामुळे ग्रामीण भागामध्ये जे ग्रामोद्योग व गृहोद्योग होते त्यांच्यावरती देखील वाईट परिणाम झाला. ग्रामोद्योग व गृहोद्योग देखील पूर्णपणे संपलेले दिसतात. याचा अर्थ ब्रिटिश शासनाने केवळ इंग्लंडमध्ये उत्पादित झालेल्या वस्तू भारतात आयात करण्याचे केवळ धोरण आखले नाही तर तो माल ग्रामीण भागापर्यंत पोहचविण्यासाठी दळणवळणाच्या साधनांचा विकास करण्याचे देखील धोरण आखलेले दिसते.

८) खेड्यांची संख्या जास्त : शहर व खेडे अशा दोन विभागांत भारतीय समाज राहतो. भारतामध्ये शहरांपेक्षा खेड्यांची लोकसंख्या जास्त होती. शहरी लोकसंख्या ही कमी व खेड्यांमध्ये राहणारे लोक जास्त हा एक भारतीय दारिद्र्याला जबाबदार असणारा महत्त्वपूर्ण भाग आहे असे रानडे म्हणतात. खेडे हे पूर्णपणे परंपरांवर आधारलेले असते. खेड्यांची लोकसंख्या ही शेतीवर अवलंबून असते. एकाच्या श्रमावरती कुटुंबातील अनेकजण अवलंबून असतात. कोणत्याही प्रकारच्या बदलाला स्वीकारण्यास खेड्यातील लोकांचा नकार असतो. आधुनिकतेला देखील खेड्यातील लोक विरोध करतात. रानडे म्हणतात की, देशाचा विकास हा खेड्यांमधून होऊच शकत नाही तर तो शहरांमधून होऊ शकतो; म्हणून रानडे म्हणतात, भारताला दारिद्र्यामधून बाहेर पडायचे असेल तर शहरी भागाचा विकास घडवून आणण्यावर भर दिला पाहिजे.

ब) रानडेंनी सांगितलेले दारिद्र्य निर्मूलनाचे उपाय

१) देशामध्ये औद्योगिकरण घडवून आणावे : देशामध्ये औद्योगिकरण घडवून आणण्यासाठी नव-नवे कारखाने स्थापन केले पाहिजेत. अवजड व मोठे उद्योगधंदे निर्माण करण्यावरती भर दिला जावा. रानडे म्हणतात की, उद्योगधंद्याची वाढ मोठ्या प्रमाणात झाली की आपोआपच रोजगार निर्मिती होईल व दारिद्र्य कमी होण्यास यामधून मदत होईल. राष्ट्रीय व्यापाराबरोबरच आंतरराष्ट्रीय व्यापार वाढविण्यावर देखील भर दिला पाहिजे.

२) संपत्ती विभाजनापेक्षा अधिक उत्पादनावर जास्त भर दिला जावा:
वस्तूंचे जास्तीत जास्त उत्पादन कसे करता येईल यावर भर दिला गेला पाहिजे. संपत्तीचे अनेक तुकड्यांमध्ये विभाजन करण्याऐवजी जास्तीत जास्त उत्पादन करण्यावरती भर दिला तर आपोआपच दारिद्र्य कमी करता येईल.

३) मुक्त अर्थव्यवस्थेस विरोध – राज्यसंस्थेच्या हस्तक्षेपास मान्यता :
रानडे म्हणतात की, भारतासारख्या गरीब व अविकसित देशांसाठी विकासाचा मार्ग 'मुक्त अर्थव्यवस्था' असूच शकत नाही. पाश्चिमात्य देशांमध्ये स्वीकारलेले मुक्त अर्थव्यवस्थेचे धोरण भारतीय परिस्थितीमध्ये उपयोगाचे नाही. भारतासारख्या मागासलेल्या देशाच्या आर्थिक विकासामध्ये राज्यसंस्थेचा हस्तक्षेप महत्त्वाचा आहे. राज्यसंस्था तटस्थतेचे धोरण स्वीकारू शकत नाही. भारतामध्ये असणारी प्रचंड आर्थिक विषमता दूर करण्यासाठी कृषी व औद्योगिक क्षेत्राचा विकास घडवून आणण्यासाठी राज्यसंस्थेने आर्थिक क्षेत्रात हस्तक्षेपाचे धोरण स्वीकारले पाहिजे. मुक्त अर्थव्यवस्था धोरणांचा स्वीकार भारतासारख्या देशात केला गेला तर कधीही दारिद्र्य दूर करता येणार नाही याउलट, दारिद्र्यामध्ये प्रचंड प्रमाणात वाढ होईल म्हणून रानडे दारिद्र्य निर्मूलनावरील एक उपाय म्हणून मुक्त अर्थव्यवस्थेला विरोध व राज्यसंस्थेच्या हस्तक्षेपाचे धोरण स्वीकारतात.

४) शेती क्षेत्राच्या आधुनिकीकरणावर भर : भारताचा शेती हा मुख्य व्यवसाय आहे. शेतीवर अवलंबून असणारी लोकसंख्यादेखील प्रचंड आहे. शेती तोट्यात चालल्याने दारिद्र्याचे प्रमाण झपाट्याने वाढले आहे. दारिद्र्य दूर करण्याचा महत्त्वाचा उपाय म्हणजे शेती क्षेत्राचे आधुनिकीकरण करणे. शेती क्षेत्रामध्ये आधुनिक तंत्रज्ञानाचा वापर करण्यावर भर दिला पाहिजे. यंत्रांच्या साहाय्याने शेतीतील उत्पादन करण्यावरती भर दिला गेला पाहिजे. यंत्र कमी वेळेमध्ये व मोठ्या प्रमाणावर उत्पादन करत असल्याने शेती क्षेत्रात नव्या आधुनिक तंत्रज्ञानाचा अवलंब केला गेला पाहिजे. भारतातील शेती हा मुख्य व्यवसाय आहे. त्यामुळे या प्राथमिक व मुख्य व्यवसायाच्या विकासाचे धोरण आखण्यावरती भर दिला गेला पाहिजे. सामूहिक शेतीचा प्रयोगदेखील दारिद्र्य कमी करण्यामध्ये महत्त्वाची भूमिका बजावू शकतो. शेतकऱ्यांना शेतीसाठी वेळेवर पैसा उपलब्ध झाला पाहिजे यासाठी बँकांची निर्मिती करण्यावरती भर दिला गेला पाहिजे.

तसेच शेतीवर अवलंबून असणारी लोकसंख्या प्रचंड आहे. शेतीवरील हे अवलंबित्व कमी केले गेले पाहिजे. शेतीवर अवलंबून असणारी लोकसंख्या कमी झाली की, आपोआपच शेती क्षेत्रावर असणारा ताण कमी होईल. एकूणच शेती

आधुनिक पद्धतीने करणे, शेतकऱ्यांना कर्जपुरवठा करण्यासाठी स्वतंत्र बँकांची निर्मिती करणे व शेतीवर अवलंबून असणारी लोकसंख्या कमी केली की, आपोआपच दारिद्र्याचे प्रमाण कमी होईल.

सारांश

रानडेंनी जे आर्थिक विचार मांडले, ते मूलगामी स्वरूपाचे आहेत. भारतीय समाजाच्या आर्थिक दुरावस्थेला केवळ ब्रिटिश शासनाला जबाबदार धरून आपणाला आपल्या दोषांकडे दुर्लक्ष करता येणार नाही. शेती क्षेत्राचे अधुनिकीकरण करण्याबरोबरच औद्योगिकीकरणाचा स्वीकार करावा लागेल. यामध्ये राज्याला महत्त्वाची भूमिका बजावावी लागेल. राज्याच्या नियंत्रणाखालीच भारतीय अर्थव्यवस्थेचा विकास होऊ शकेल, तसेच येथील दारिद्र्यदेखील दूर करता येईल. अशाप्रकारे न्या. रानडे यांचे राज्य व अर्थव्यवस्थेबाबतचे विचार सांगता येतात.

ड) सामाजिक सुधारणांबाबतचे विचार

प्रस्तावना

न्या. रानडे यांच्या विचारांचा गाभा हा सामाजिक सुधारणा असलेला दिसतो. रानडे यांनी सामाजिक सुधारणांना सर्वात जास्त महत्त्व दिले. त्यांच्या मते सर्व सुधारणांचे मूळ हे सामाजिक सुधारणांमध्ये आहे. कोणत्याही राष्ट्राची प्रगती घडवून आणावयाची असेल तर तेथे धार्मिक व सामाजिक सुधारणा घडवून आणल्या पाहिजेत. राजकीय व आर्थिक प्रगती ही देखील सामाजिक प्रगतीवरतीच अवलंबून असते, परंतु सामाजिक सुधारणा घडवून आणताना धर्माला वर्ज्य करून टाकता येणार नाही, तर धर्माचे अस्तित्व टिकवून ठेवून त्यामधील वाईट रूढी, प्रथा, परंपरा, चालीरीती नष्ट करावयास हव्या. सामाजिक सुधारणा कार्यामध्ये जसा लोकांचा सहभाग गरजेचा आहे तसा सरकारचा सहभागही रानडेंना महत्त्वाचा वाटतो. सामाजिक सुधारणांना पाठबळ देण्यासाठी रानडेंच्या पाठिंब्यातून भारतीय राष्ट्रीय सामाजिक परिषदेची १८८७ साली स्थापना करण्यात आली.

अ) न्या. रानडेंच्या सामाजिक सुधारणासंबंधीच्या विचारांची वैशिष्ट्ये

१) धार्मिक, सामाजिक, राजकीय व आर्थिक घटक परस्परावलंबी

रानडेंच्या मते, मानवी जीवनाची धार्मिक, सामाजिक, राजकीय, आर्थिक अशा कप्प्यांमध्ये विभागणी करता येणार नाही. मानवी जीवन हे एकसंघ स्वरूपाचे आहे. मानवी जीवनाचे धार्मिक, सामाजिक, राजकीय व आर्थिक घटक हे परस्परावलंबी आहेत. आपण जर यांना एकमेकांपासून वेगळे केले तर समाजाची अधोगती होऊ

शकते. रानडे म्हणतात, मानवी शरीराप्रमाणे समाजजीवन आहे. संपूर्ण मानवी शरीराचा विकास हा संपूर्ण अवयवांच्या विकासावरती अवलंबून असतो, त्यामुळे सुधारणा ही कोणत्याही एका क्षेत्रामध्ये घडून येण्यापेक्षा जीवनाच्या सर्व क्षेत्रांमध्ये सुधारणा घडवून आणल्या पाहिजेत. समाजव्यवस्था निकोप, चांगली असल्याशिवाय राजकीय हक्कांचा वापर करता येत नाही, तसेच अर्थव्यवस्थेचादेखील विकास होऊ शकत नाही. धार्मिक विचार जर चुकीचे असतील तर समाजिक, आर्थिक, राजकीय विकास होऊ शकणार नाही. या घटकांचे परस्परावलंबन हे नैसर्गिक आहे. त्यामुळे संपूर्ण भारतीय समाजामध्ये सर्वांगीण सुधारणा घडवून आणण्यासाठी जीवनाच्या या सर्वच क्षेत्रांमध्ये प्रगती घडवून आणली पाहिजे. कोणत्याही एका घटकामध्ये प्रगती घडून आली तर संपूर्ण समाजामध्ये प्रगती घडून येईल असे म्हणता येत नाही. याचा अर्थ, रानडे संपूर्ण समाजाच्या प्रगतीसाठी सामाजिक, आर्थिक, राजकीय, धार्मिक क्षेत्रांमध्ये प्रगती घडवून आणण्यावरती व या घटकांतील परस्परावलंबनावर भर देतात.

२) रूढी, परंपरांमध्ये बदल

भारतीय समाजामध्ये बदल घडवून आणावयाचा असेल तर प्रथम रूढी, प्रथा, परंपरा यामध्ये बदल घडवून आणला पाहिजे. अस्तित्वात असलेल्या रूढी, प्रथा, परंपरा यामुळे भारतीय समाज मागास राहिला आहे. भारतीय समाजामध्ये अनेक दोष निर्माण झाले आहेत. उदा. जन्मावर आधारलेली श्रेष्ठ-कनिष्ठाची कल्पना, स्वत:च्या बुद्धीपेक्षा रूढी, प्रथांना जास्त महत्त्व, दैववाद, विकासापेक्षा परंपरांना महत्त्व, जातीसंस्था, स्त्रियांचे शोषण, बालविवाह, आंतरजातीय विवाहांवर बंदी, विधवा पुनर्विवाहावरील बंदी, परदेश प्रवासावरील बंदी, मूर्तीपूजा यासारख्या अनेक रूढी, प्रथा, परंपरा भारतीय समाजात असल्याने तो मागास राहिला आहे. आधुनिकतेच्या प्रक्रियेपासून तो अलिप्त राहिला आहे. समाजिक समता, बंधुत्व, सामाजिक सुधारणा या गोष्टींचा समाजाने स्वीकार करणे रानड्यांना गरजेचे वाटते, कारण जोपर्यंत भारतीय समाज समतेचा स्वीकार करणार नाही, तोपर्यंत तो मागासच राहणार आहे.

३) दैववादाला विरोध

रानडे धार्मिक वृत्तीचे असले तरी त्यांनी दैववादाला विरोध केलेला दिसतो. रानडेंनी समाजातील दैववादी वृत्तीला विरोध केला. दैववाद याचा अर्थ कोणतीतरी बाह्य शक्ती आपल्या जीवनाचे नियंत्रण करीत असते; मानवाच्या हातामध्ये काहीच असत नाही; जे काही मानवी जीवनामध्ये घडते ते सर्व विधिलिखित असते व ते परमेश्वराच्या इच्छेनुसारच घडत असते; आपण केवळ निमित्त असतो... ही समाजाची मानिकसता, आधुनिकता व विकास यांच्यासाठी हानिकारक ठरते. दैववादामुळे

मानवाचा स्वकर्तृत्वावरील विश्वास संपतो, त्यामुळे नवीन कृती करण्याची, विचार करण्याची त्याची क्षमताच संपून जाते. स्वत:च्या बुद्धीनुसार निर्णय घेण्याची क्षमता मानवाच्या अंगी आली पाहिजे, यासाठी रानडेंनी दैववाद नाकारला.

४) समाजजीवन हे वास्तव

रानडे धार्मिक वृत्तीचे असले तरी त्यांनी समाजजीवन हे मिथ्या किंवा अध्यात्मवादी जग मानले नाही, याउलट समाजजीवनाबाबत वास्तववादी भूमिका घेवून त्यांनी ते अधिकाधिक चांगले करण्यावर भर दिला. धर्मातील वाईट प्रथा नष्ट झाल्या पाहिजेत यावर रानडेंनी भर दिला. त्यांनी धार्मिक सामाजिक सुधारणा करण्यावरती भर दिला. एकूणच रानडे सामाजिक सुधारणांकडे वास्तववादी दृष्टिकोनातून पाहात होते.

ब) रानडेंनी सांगितलेल्या सामाजिक सुधारणेच्या पद्धती

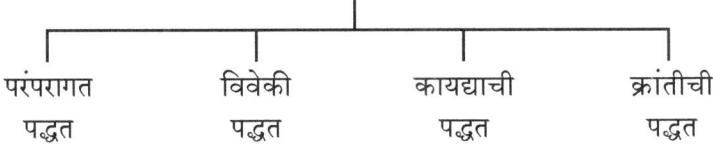

परंपरागत पद्धत	विवेकी पद्धत	कायद्याची पद्धत	क्रांतीची पद्धत

भारतीय समाज हा परंपरागत आहे. त्यामध्ये सुधारणा घडवून आणणे हे अवघड काम आहे. कोणतीही सुधारणा समाज एकदम स्वीकारणार नाही, तर हळुवार पद्धतीने समाजात सुधारणा घडून येतील यावर रानडेंचा विश्वास होता. भारतीय समाजात सामाजिक सुधारणा घडवून आणणारे अनेक मार्ग उपलब्ध होते. रानडेंनी चार प्रमुख मार्ग सांगितले आहेत. ते खालीलप्रमाणे-

१) परंपरागत पद्धत

सामाजिक सुधारणांची परंपरागत पद्धत म्हणजे धर्मग्रंथांचा आधार घेऊन सुधारणा घडवून आणणे हीच. जुन्या धर्मग्रंथांमध्ये सांगितलेली तत्त्वे नव्या परिस्थितीत कशी लागू होतात हे सांगण्यावरती यामध्ये भर दिला जातो. सुधारणा म्हणजे नवे काहीतरी नसून प्राचीन धर्मग्रंथांशी सुसंगत आहेत. सुधारकाने भूतकाळाशी असलेले आपले नाते तोडू नये, कारण भविष्यकाळाच्या दृष्टीने ते योग्य नाही. रानड्यांना संपूर्ण जुनी व्यवस्था नष्ट करून नवी व्यवस्था निर्माण करावयाची नव्हती. सुधारणा ही नवनिर्मिती नाही, तर धार्मिक आज्ञांचेच पालन आहे. बालविवाह, विधवा विवाह, स्त्री शिक्षण या विषयांवरील रानड्यांच्या विचारात या मुद्द्यांवर विशेष भर दिसतो. परंतु सर्वच जुन्या गोष्टी स्वीकारण्यास रानड्यांचा विरोध होता. उदा. सतीची चाल, बालहत्या, बहुपत्नीत्व यासारख्या चुकीच्या पद्धतींचे पुनरुज्जीवन करता येणार नाही.

२) विवेकी पद्धत

सामाजिक सुधारणांची विवेकी पद्धत याचा अर्थ समाजातील चुकीच्या प्रथेविरोधी लोकांची सदसद्विवेकबुद्धी जागृत करणे होय. लोकांना चांगले व वाईट यामध्ये फरक करायला शिकवणे. सदसद्विवेक म्हणजे मानवी मनातील परमेश्वराचा आवाज असून प्रत्येकाने त्या आज्ञेचे पालन केले पाहिजे, असे रानडे म्हणत. रानड्यांचा या मार्गावर विश्वास होता. लोकांची सदसद्विवेकीबुद्धी जागृत केली तर लोक स्वत: होऊन अनेक वाईट प्रथांचा त्याग करतील.

३) कायदेशीर पद्धत

समाजसुधारणा घडवून आणणारी तिसरी पद्धत म्हणून रानडे कायदेशीर पद्धतीकडे पाहतात. वरील दोनही पद्धतींना अपयश आल्यानंतर कायदेशीर पद्धतीचा अवलंब करावा असे रानडे सांगतात. कायदेशीर मार्गाने सामाजिक सुधारणा घडवून आणण्यासाठी अनेकांचा विरोध होता, कारण कायदे करणारे सरकार हे ब्रिटिश होते, म्हणजेच परकीय होते. परकीय सत्तेला आपल्या सामाजिक व धार्मिक क्षेत्रात हस्तक्षेप करण्यास या निमित्ताने संधी मिळेल व त्यातून सामाजिक, धार्मिक गुलामगिरी निर्माण होण्याची शक्यता आहे. केवळ कायद्याद्वारे होणाऱ्या सुधारणा ह्या वरवरच्या असतात, चिरस्थायी असत नाहीत यावर रानड्यांचा विश्वास होता, परंतु केवळ ब्रिटिश राज्यकर्ते परकीय आहेत आणि म्हणून त्यांनी केलेल्या सुधारणा कायद्यांना विरोध करणे रानड्यांना मान्य नव्हते. सरकार हे देशाचे नोकर आहेत किंवा लोकांच्या इच्छा अमलात आणणारे ते एक अंमलबजावणीचे खाते आहे. त्यामुळे हिंदू समाजाला जी सुधारणा हवी आहे ती त्यांनी सरकारकडे मागणी केल्यास सरकार कायद्याद्वारे अमलात आणील. त्यामुळे सरकारकडून कायदा लोकांवरती लादला जाणार नाही तर लोक स्वत: होऊन तो स्वीकारतील.

रानडे म्हणतात, राज्याचे स्वरूप हे पोलिसी नसून कल्याणकारी स्वरूपाचे असणार आहे. कायद्याची बंधने काळाप्रमाणे बदलून घेता येतात. परंतु शास्त्राची बंधने बदलता येत नाहीत. एकूणच रानड्यांनी कायद्याद्वारे सुधारणा या पद्धतीचा स्वीकार केलेला दिसतो.

४) क्रांती पद्धत

रानड्यांनी ही पद्धत स्वीकारली नाही. रानडे हे नेमस्त विचारसरणीचे होते. कोणतीही गोष्ट तुटेपर्यंत ताणायची नाही यावर रानडेंचा विश्वास होता. समाजामध्ये क्रांतीच्या मार्गाने बदल घडून आला तर तो चिरकाल टिकू शकत नाही, त्याप्रमाणे त्याचे भूतकाळाशी असणारे नातेदेखील तुटलेले असते. क्रांतीच्या मार्गामुळे समाजाचा

फायदा होण्याऐवजी तोटा होण्याचाच जास्त धोका असतो, त्यामुळे रानड्यांनी हा मार्ग नाकारला.

आधी कोणती, सामाजिक की राजकीय सुधारणा? रानड्यांनी सामाजिक व राजकीय अशी विभागणी करण्यास नकार दिला. या दोन्ही गोष्टी परस्परांशी संबंधित आहेत. सामाजिक सुधारणा न करता राजकीय स्वातंत्र्य मिळाले तर ते योग्य पद्धतीने राबविता येणार नाही. या दोन्ही सुधारणांना रानडेंनी महत्त्व दिले, परंतु त्यामध्येदेखील रानडे सामाजिक सुधारणांना जास्त महत्त्व देतात, कारण सामाजिक पाया भक्कम असल्याशिवाय राजकीय व्यवस्था दीर्घकाळ टिकू शकणार नाही. सामाजिक लोकशाही व सामाजिक आधुनिकीकरणाशिवाय राजकीय स्वातंत्र्याचा उपभोग घेता येणार नाही. समाजाचा जुलूम हा राज्यसंस्थेच्या जुलमापेक्षा अधिक प्रभावी असतो. त्यामुळे समाजरचनेमध्ये सुधारणा होणे रानड्यांना महत्त्वाचे वाटते.

सारांश

न्या. रानडे यांनी सामाजिक सुधारणांना सर्वात जास्त महत्त्व दिले असले तरी जीवनाच्या सर्वच क्षेत्रांमध्ये सुधारणा घडून आल्या पाहिजेत. या सुधारणा ह्या वरवरच्या किंवा जबरदस्तीच्या मार्गाने घडून येण्याऐवजी लोकांच्या सहभागातून, संमतीतून व कायद्याद्वारे सुधारणा घडून आल्यास त्या चिरस्थायी टिकतात. धार्मिक, सामाजिक सुधारणा हे सर्व सुधारणांचे मूळ आहे. त्यामुळे जितक्या लवकर आपण अनिष्ट रूढी, प्रथा, परंपरा सोडून विवेकावर आधारलेल्या रूढींचा स्वीकार करू तेवढे आपल्या समाजाच्या हिताच्या दृष्टीने महत्त्वाचे आहे. या सामाजिक सुधारणा घडवून आणताना रानडेंनी हिंसक, क्रांतिकारक मार्गाला जाणीवपूर्वक नकार देऊन सनदशीर, शांततामय व लोकशाही मार्गाचा स्वीकार केलेला दिसतो. अशा प्रकारे रानडेंचे सामाजिक सुधारणांबाबतचे विचार सांगता येतात.

सराव प्रश्न

१) न्यायमूर्ती रानडेंचा उदारमतवाद सांगून त्यांची वैशिष्ट्ये लिहा.

२) भारतातील ब्रिटिश राजवटीबाबतचे न्या.रानडेंचे विचार स्पष्ट करा.

३) राज्यसंस्थेबाबतचे न्या.रानडेंचे विचार लिहा.

४) भारतीय अर्थव्यवस्थेबाबतचे न्या.रानडेंचे विचार स्पष्ट करा.

५) सामाजिक सुधारणाबाबतच्या न्या.रानडेंच्या विचारांची चर्चा करा.

प्रकरण ३

लोकमान्य टिळक (१८५६-१९२०)
(B. G. Tilak)

अ) टिळकांचा राष्ट्रवादाचा सिद्धान्त (Tilak's Theory of Nationalism)

ब) स्वराज्याबाबतचे विचार (Views on Swarajya)

क) सामाजिक सुधारणांवरील टीका (Critique of Social Reformism)

ड) लोकसंग्रहाचे तत्त्व (Doctrine of Loksangraha)

लोकमान्य बाळ गंगाधर टिळक (१८५६-१९२०)

जन्म – २३ जुलै १८५६

जन्म ठिकाण – रत्नागिरी

शिक्षण – बी. ए., एल एल. बी.

मृत्यू – १ ऑगस्ट १९२०

- 'केसरी' व 'मराठा' ही १८८१ मध्ये दोन वर्तमानपत्रे सुरू केली.
- पुण्यातील फर्ग्युसन महाविद्यालयात संस्कृत व गणित विषयाचे अध्यापन.
- शिवजयंती व गणेशोत्सव जनजागृतीसाठी सुरू केले.
- १८९६ मध्ये लाला लजपतराय व बिपिनचंद्र पाल यांच्या सहकार्याने लोकमान्य टिळकांनी जहाल पक्ष स्थापन केला.
- १९०८ मध्ये ब्रिटिशांनी त्यांच्यावर राजद्रोहाचा आरोप ठेवला व त्यांना जन्मठेपेची शिक्षा देण्यात आली.
- मंडालेच्या तुरुंगात 'गीतारहस्य' नावाचा ग्रंथ लिहिला.
- १९१६ मध्ये होमरुल लीगची स्थापना केली.
- भारतीय असंतोषाचे जनक.

- जनतेने लोकमान्य ही पदवी दिली.
- ''स्वराज्य हा माझा जन्मसिद्ध हक्क आहे आणि तो मी मिळविणारच.''

हा संदेश जनतेला देऊन जनतेमध्ये जागृती घडवून आणली.

अल्प परिचय

आधुनिक भारतातील एक विचारवंत, राजकीय नेते आणि जहाल राष्ट्रवादाचे प्रणेते. लोकशक्तीचे संघटन केल्याखेरीज चळवळ समर्थ बनणार नाही हे ओळखून राष्ट्रवादी चळवळ सामान्य जनांपर्यंत पोहोचविण्यावर त्यांनी भर दिला. राष्ट्रवादी विचारांची मांडणी करताना त्यांनी भारतीय संस्कृती आणि जीवनपद्धती यांचे श्रेष्ठत्व आग्रहाने प्रतिपादिले. भारतीय परंपरा आणि इतिहास याविषयीचा अभिमान हे त्यांच्या सांस्कृतिक राष्ट्रवादाचे प्रमुख वैशिष्ट्य होय. स्वराज्य प्राप्त करण्यासाठी राष्ट्रीय शिक्षण, स्वदेशी आणि बहिष्कार असे तीन मार्ग त्यांनी सुचविले. त्यांनी स्वत: सशस्त्र क्रांतीचा अथवा हिंसेचा अवलंब केला नाही; परंतु साध्य चांगले असेल तर कोणतेही साधन समर्थनीय ठरते. अशी भूमिका त्यांनी घेतली. लोकशक्ती समाजसुधारण्यासाठी खर्च न करता राजकीय कार्याला अग्रक्रम द्यावा तसेच, लोकांना दुखावून समाजसुधारणा करू नयेत; अशी टिळकांची भूमिका होती.

भारतीय प्रबोधनाच्या इतिहासात टिळकांचे नाव चिरश्रवणीय ठरले. त्यांनी राजकारणास बुद्धिमत्तेची जोड दिली; त्याप्रमाणे अलौकिक बुद्धिमत्तेचे दर्शन घडविणारे अनेक ग्रंथ निर्माण केले.

दि आर्क्टिक होम इन दी वेदाज, ओरायन, गीतारहस्य हे ग्रंथ त्यांनी लिहिले. देश स्वातंत्र्यासाठी प्रयत्नशील राहून तत्त्वज्ञान, धर्मशास्त्र, कायदा, खगोलशास्त्र, गणित अशा शास्त्रांचे सखोल अध्ययन केले.

पाश्चिमात्य विचारांचा अभ्यास करूनही त्यांचे मन पूर्वेकडील विचारात एकरूप झाले नाही. आपला देश दास्यातून मुक्त कसा होईल, हा त्यांच्या कार्याचा आणि चिंतनाचा विषय होता. त्यांनी स्वराज्याचे ध्येय पुढे ठेवले आणि जनसंघर्षाचे महत्त्व राष्ट्रवादाचे तत्त्वज्ञान सांगून, स्वातंत्र्याच्या दिशेने जाणाऱ्या देशाच्या राजकारणाला गतिमान केले. साहस, समयसूचकता, अलौकिक बुद्धिमत्ता आणि स्वराष्ट्र व संस्कृती विषयीचा प्रभावी आदर हे त्यांच्या व्यक्तिमत्त्वाचे विशेष आहे.

अ) टिळकांचे राष्ट्रविषयक विचार किंवा टिळकांचा राष्ट्रवादी सिद्धान्त

प्रस्तावना

टिळकांच्या राष्ट्रवाद विषयक विचारांवर आरोप केले जातात. त्यांच्या राष्ट्रवाद

विषयक विचारावर अशी टीका केली जाते की, ''आपल्या राष्ट्रवादी विचारांतून टिळक हिंदू धर्म व संस्कृतीचे पुनरुज्जीवन करत आहेत; म्हणून त्यांचा राष्ट्रवाद संकुचित ठरतो. डॉ. झकेरिया यांनी 'नवोदित भारत' या ग्रंथात असे म्हटले आहे की, टिळक हिंदू-मुस्लीम संबंधात 'जशास तसे' अशी भाषा वापरून वातावरण दूषित करत होते. ब्रिटिश इतिहासकार पॉव्हेल प्राइस म्हणतात, ''टिळकांच्या स्वयंशासनाबाबतच्या सहिष्णुता विचारांबाबत मुस्लीम लीग काँग्रेसला समांतर पण विरोधी संघटना उभी राहिली.'' सर व्हेलेंटाइन चिरोल म्हणतात, ''राजकीय जहालपणा आणि गुरफटलेले हिंदुविचार यांचा समन्वय करून एक अनैतिकतेचे राजकारण टिळक करू पाहत होते.'' श्रीमती रजनी पामदत्त म्हणतात, ''टिळक आणि अरविंद घोष यांनी भारतीय राष्ट्रवादाला चेतावनी देताना हिंदू पुनरुज्जीवनाचा आश्रय घेतला म्हणून काँग्रेस चळवळीतून मुस्लीम समाज बाहेर पडला.'' मानवेंद्रनाथ रॉय म्हणतात, ''टिळक आणि अरविंद घोष यांचा तीव्र राष्ट्रवाद म्हणजे पूर्वीच्या राष्ट्रीय काँग्रेसच्या नेत्यांनी मांडलेल्या पुरोगामी विचारांवर प्रतिगामी विचारांची प्रतिक्रिया होती.''

१) पूर्वग्रह दूषित आणि अयोग्य आरोप

टिळकांच्या राष्ट्रवादी विचारसरणीवरील विविध आरोप पूर्वग्रह दूषित मत्सर आणि त्यांच्या विचारांचे चुकीचे आकलन यावर आधारलेले होते. टिळकांच्या राष्ट्रवादी विचारांत हिंदुधर्म संस्कृतीच्या पुर्नजीवनाच्या काही छटा दिसतात; कारण आपला राष्ट्रवाद ते धर्मसंस्कृतीच्या आधारावर उभा करू पाहत होते. टिळक म्हणतात, खरा राष्ट्रवादी आपल्या प्राचीन संस्कृतीवर बांधील असतो.

२) टिळकांच्या राष्ट्रवादी विचारांचे स्वरूप

प्रा. गिल क्राइट्स म्हणतात, ''राष्ट्रीयत्व म्हणजे एकाच वंशाच्या एकाच देशात राहणाऱ्या, एक भाषा व एक धर्म असणाऱ्या व समान इतिहास व परंपरा असणाऱ्या समान हितसंबंध असलेल्या समान राजकीय संघटना व राजकीय एकतेची समान उद्दिष्टे असणाऱ्या व्यक्तीत आध्यात्मिक भावना होय.'' यावरून राष्ट्रवाद ही एक मानसिक भावना आहे; कारण ही भावना मानसिक व अमूर्त असते. जेव्हा मानवी समूहात समान भाषा, धर्म, वंश इ. कारणांमुळे एकता निर्माण होते. तेव्हा राष्ट्रवाद निर्माण होतो. यामध्ये वैयक्तिक, मानसिक कल्पना महत्त्वाची आहे. या मानसिक अवस्थेवरच भारतात राष्ट्रवाद उभा राहू शकेल कारण भारतात अनेक भाषा, धर्म व वंश आहे; म्हणून केवळ पुरातन धर्मसंस्कृतीच्या आधारावरच, एक भावना निर्माण होऊ शकेल राष्ट्रवादाची ही कल्पना आध्यात्मिक आहे. या कल्पनेत स्वतंत्र होण्याची इच्छा अंर्तभूत असते. या कल्पनेत स्वतंत्र होण्याची कल्पना अंतर्भूत असते असे टिळक म्हणतात.

३) धर्मसंस्कृतीचा प्रभाव

टिळक हे सनातन धर्मसंस्कृतीच्या वातावरणात वाढलेले होते; म्हणून हिंदू धर्मसंस्कृती श्रेष्ठ आहे, असे ते म्हणत. टिळक म्हणतात, आमच्या जवळचा महत्त्वाचा ठेवा म्हणजे आमचा धर्म होय. आमचे वैभव व स्वातंत्र्य नाश पावले परंतु धर्म मात्र शिल्लक राहिला. तो सुधारलेल्या राष्ट्रांच्या कसोटीला लावला तरी शुद्ध आहे. असे दिसून आले. हिंदू धर्म श्रेष्ठ आहे. याचे कारण सांगताना ते म्हणतात, अन्य धर्मात एकच ईश्वर एकच उपासना पद्धती आहे, तर हिंदू धर्मात अनेक देवदेवता असून अनेक उपासना पद्धती आहेत. तो एका प्रयोगशाळेसारखा आहे. प्रत्येकाने स्वतःच्या इच्छेनुसार ईश्वराचे स्वरूप व उपासनेचा मार्ग पसंत करावा.

अशा एका श्रेष्ठ धर्माच्या आधारे भारतात हिंदू राष्ट्र निर्माण केले पाहिजे. असे टिळकांना वाटत होते. सनातन या शब्दावरून आपला धर्म पुरातन आहे, हे दिसून येते. धर्म राष्ट्रीयत्व निर्माण करतो याचा अर्थ धर्म लोकांना एकत्रित ठेवतो, म्हणजे आत्म्याला परमात्म्याशी व मानवाला मानवाशी एकरूप ठेवणे होय. वैदिक काळात असलेली एकता आता नाश पावली आहे; म्हणूनच टिळक म्हणतात, एकता पुन्हा निर्माण केली पाहिजे. वेद, गीता, महाभारत हा आपला राष्ट्रीय ठेवा आहे. आपण हिंदू राष्ट्रवाद निर्माण करू शकू अशा रीतीने त्यांनी राष्ट्रवादाला धर्माचा आधार दिला. मात्र, इतर धर्म व संस्कृतीविषयी बोलताना त्यांनी द्वेष बाळगला नाही; कारण टिळकांचा राष्ट्रवाद संकुचित राष्ट्रवाद नव्हता. तर त्यांचा राष्ट्रवाद व्यापक व सर्वसमावेशक असा होता. ब्रिटिशांमुळे राजकीय राष्ट्रवाद उदयास आला हे सांगताना टिळक म्हणतात. ब्रिटिश राज्यांनी हिंदुस्थानातील सर्व जातींच्या लोकांची मोळी केली आहे. सर्व प्रकारच्या लोकांवर एकाच प्रकारच्या शिस्तीचा अंमल आहे. प्रशासकीय एकता तसेच भाषा व शिक्षण विषयक एकता हे ब्रिटिशांचे विशेष आहे.

४) सांस्कृतिक राष्ट्रवाद

राष्ट्रीयत्वाची भावना जरी मानसिक, आध्यात्मिक व वैयक्तिक स्वरूपाची असली तरी ती टिकविण्यासाठी प्रयत्न करावे लागतात व भावनेस व्यापक स्वरूप द्यावे लागते. राष्ट्रीय उत्सव व राष्ट्रीय पुरुषांची पूजा यातून राष्ट्रीयत्वाची भावना टिकून राहते. त्यामुळे ऐक्य निर्माण होऊन संघटित जनशक्ती योग्य कारणासाठी वापरता येते म्हणून अशी ऐक्य व प्रतीके असावी लागतात. राष्ट्रवाद केवळ भौतिक व वैचारिक स्वरूपाचा असून ही राष्ट्रवादाची भावना भारतीयांच्या प्रथा-परंपरा, चालीरीती, रूढी-परंपरा यावर आधारित आहे. म्हणजेच सर्व थरातून स्वातंत्र्याची चळवळ संघटित होऊ शकेल. यासाठी टिळकांनी जनमत संपादन केले; ब्रिटिश राजवटीबाबत असंतोष

निर्माण केला म्हणून त्यांना भारतीय 'असंतोषाचे जनक' असे म्हणतात. गणेशोत्सव व शिवजयंती उत्सव यातून भारतीयांचे ऐक्य निर्माण करता येईल हे त्यांनी ओळखून घेतले; कारण देवाविषयी व शिवाजी महाराजांविषयी भारतीय जनतेत आदराचे स्थान निर्माण झाले पाहिजे. गणपती हे दैवत बुद्धिचे प्रतीक आहे तर शिवाजी महाराज हे जुलूम, अत्याचार, अन्याय याविरोधी लढ्याचे प्रतीक आहे. गणेश उत्सवामुळे जनतेत स्वतंत्रपणे विचार करण्याची पात्रता निर्माण होईल तर शिवजयंती उत्सवामुळे स्वातंत्र्यासाठी शक्ती निर्माण होते.

५) गणेश उत्सव

पुरातन देवतांची पूजा करण्याची प्रथा महाराष्ट्रात जुनी होती; परंतु, टिळकांनी त्या प्रथेस सार्वजनिक स्वरूप प्राप्त करून दिले. या उत्सवात सर्व जातीचे लोक सहभागी होऊ लागले व श्रेष्ठ-कनिष्ठ ही विचारसरणी मागे पडली; समाजात ऐक्य निर्माण झाले. त्याचप्रमाणे समाजात राजकीय जागृती होऊ लागली कारण या उत्सवासाठी जनता मोठ्या प्रमाणात आकर्षित झाली. यातून जनतेचा राजकीय सहभाग वाढला व या उत्सवातील विविध कार्यक्रमांतून लोकशिक्षण होऊ लागले. स्वधर्म व संस्कृती विषयीचा अभिमान जागृत झाला. या संदर्भात टिळक केसरीमध्ये लिहितात, धार्मिक विषयावर चिंतन आणि पूजन यातच ऐक्य आहे. परंतु, जनतेत जागृतीच्या निर्मितीसाठी काही प्रदर्शने आवश्यक आहेत. या उत्सवात राजकीय विषयांवर चर्चा व्हावी हा हेतू होता. त्यामध्ये टिळकांनी हिंदू समाजात ऐक्य, आत्मविश्वास निर्माण करण्याचा प्रयत्न केला.

६) शिवजयंती उत्सव

शिवाजी महाराज महान व पराक्रमी होते; म्हणून टिळकांनी आपल्या भाषणात व लेखनात शिवजयंती उत्सव मोठ्या उत्साहाने साजरा करण्याचे आवाहन केलेले होते. त्या आव्हानाला अनेक लोकांनी मोठ्या प्रमाणात प्रतिसाद दिला म्हणूनच शिवजयंती उत्सव मोठ्या प्रमाणात भारतात साजरा केला जातो. या उत्सवामध्ये भवानी माता, व रामदास स्वामी यांची पूजा होऊ लागली. या संदर्भात टिळक 'मराठा' या वृत्तपत्रात लिहितात, ''वीर पूजा हा मानवाचा स्वभाव आहे. आपल्या राजकीय आकांक्षांना मूर्त स्वरूप देण्यासाठी एका पराक्रमी पुरुषाची गरज होती. शिवाजी महाराजांसारखा चारित्र्यवान, देशप्रेमी या दृष्टीने मला श्रेष्ठ वाटला.'' जेव्हा शिवजयंती उत्सवास टिळकांनी सामाजिक स्वरूप दिले तेव्हा समाजसुधारक टिळकांना हसत होते. त्या वेळी टिळकांनी या उत्सवाचे महत्त्व स्पष्ट केले. समाजसुधारकांनी अशा कार्यक्रमात सहभागी होऊन जनसंपर्क वाढवावा. टिळक म्हणतात, ''काँग्रेस चळवळीचा उपदेश

काही हक्क मिळविणे हा आहे व त्यासाठी शिवजयंती उत्सव हा शक्तीवर्धक असाच आहे.''

७) हिन्दी राष्ट्रभाषा

राष्ट्रीयत्वासाठी हिन्दी ही एकच राष्ट्रभाषा असावी असे टिळकांना वाटत होते. १९०५ साली केलेल्या भाषणात ते म्हणतात, ''जर राष्ट्रात एकतेची भावना निर्माण करावयाची असेल तर एक भाषा असणे आवश्यक आहे.'' एकता निर्माण करण्यासाठी भाषा ही प्रभावी शक्ती आहे. म्हणूनच हिंदी भाषेचा प्रसार व विकास केला जावा. असे टिळकांना वाटत होते.

८) राष्ट्रवादी विचारांचे परीक्षण

टिळकांचे राष्ट्रवादी विचार कोणासही मान्य होण्यासारखे आहेत. धार्मिक, सांस्कृतिक व ऐतिहासिक एकतेतून समाजात एकात्मतेची भावना निर्माण होते; आपण एक आहोत म्हणूनच स्वतंत्र राष्ट्र बनले पाहिजे. त्यामुळे टिळकांनी हिंदू समाजात ऐक्य भावना व राजकीय जागृती निर्माण करण्यासाठी गणेश उत्सव व शिवजयंती उत्सव हे दोन उत्सव सुरू केले. वीर पुरुषांच्या स्मरणातून त्यांचा आदर्श व चारित्र्य समजून येते व जनतेत अस्मिता निर्माण होते. शिवजयंती उत्सवातून अन्यायाविरोधी संघर्षाची प्रवृत्ती निर्माण झाली तर गणेश उत्सवातून लोकशिक्षणाचे प्रभावी कार्य केले.

हे दोन्ही उत्सव म्हणजे हिंदूंना मुस्लिमांविरुद्ध भडकविण्याची साधने आहेत. अशी टीका टिळकांवर झाली. टिळकांचा राष्ट्रवाद हिंदुधर्म संस्कृतीवर आधारित असल्याने तो संकुचित स्वरूपाचा आहे. अशीही टीका केली गेली पण प्रत्यक्षात त्यांचा राष्ट्रवाद वेदांच्या शिकवणुकीवर आधारित असल्याने मानवी ऐक्य व बंधुता यावर आधारित होता. या दोन्ही उत्सवात टिळकांनी मुस्लिमांना देखील सहभागी करून घेतले. त्यामुळे टिळकांच्या या महान कार्यातूनच पुढे स्वदेशी, बहिष्कार या उपक्रमांची लोकप्रियता वाढली व स्वातंत्र्य चळवळीस समाजाचा पाठिंबा मिळाला; यातूनच पुढे महात्मा गांधींना या उपक्रमाची व्याप्ती वाढवून आपल्या देशास स्वातंत्र्य मिळवून दिले.

सारांश

लोकमान्य टिळकांनी हिंदू धर्मावरती आधारलेला राष्ट्रवादाचा सिद्धान्त मांडला. सांस्कृतिक राष्ट्रवाद, शिवजयंती, गणेश उत्सव व हिंदी भाषा याआधारे टिळकांनी आपला राष्ट्रवादी विचार स्पष्ट केलेला आहे.

ब) स्वराज्याबाबतचे विचार

प्रस्तावना

भारतीय स्वातंत्र्य चळवळीच्या काळातील स्वराज्य ही महत्त्वाची संकल्पना आहे. सामान्यत: २० व्या शतकाच्या आरंभापासून विविध विचारवंतांनी ही संकल्पना मांडली असली तरी तिच्या प्रत्यक्ष अर्थाविषयी पूर्ण एकमत आढळत नाही. अनेक अर्थ ह्या विचारात आढळतात.

१) अगदी प्रारंभीच्या काळात नौरोजी यांनी स्वशासन ह्या अर्थाने स्वराज्य ही कल्पना मांडली. त्यात त्यांनी भारतीयांचे प्रशासन, भारतीयांना इंग्लंडच्या पार्लमेंटमध्ये प्रतिनिधित्व आणि ब्रिटिश नागरिकांना मिळणारे नागरी हक्क भारतीयांनाही मिळणे ह्यांचा समावेश केला होता.

२) मवाळ विचारांच्या गोखले प्रभृती नेत्यांनी नौरोजींचा विचार बराचसा स्वीकारला असला तरी स्वराज्य म्हणजे क्रमश: भारतीयांचे अधिकार वाढवीत त्यांना इंग्रज साम्राज्यातील वसाहतींचा दर्जा मिळावा यासाठी त्यांचा आग्रह होता. अशा प्रकारे क्रमश: सुधारणा झाल्याने भारतीय लोक स्वयंशासनाला पात्र बनतील अशी त्यांची अपेक्षा होती.

३) स्वराज्य ही टिळकांच्या विचारातील मध्यवर्ती कल्पना असून, त्यांनी स्वराज्याचा विचार लोकप्रिय केला. ढोबळअर्थाने स्वराज्य म्हणजे ब्रिटिशांपासून स्वातंत्र्य हा विचार त्यांनाही मान्य असला तरी त्यांच्या स्वराज्य कल्पनेची तीन वैशिष्ट्ये पाहता वरील (१ व २) विचारांपेक्षा त्यांची स्वराज्य कल्पना भिन्न होती. ते स्पष्ट होते– अ) मवाळांप्रमाणे क्रमश: अधिकार न मिळता भारतीयांना 'स्वराज्य' तातडीने मिळावे. त्यासाठी हळूहळू सवलती न देता एकाचवेळी भारतीयांकडे स्वातंत्र्य द्यावे असे टिळकांचे प्रतिपादन होते. ह्या अर्थाने त्यांचा विचार जहाल मानला जातो. ब) स्वराज्याची टिळकांची कल्पना अधिक सखोल होती; कारण स्वराज्य म्हणजे लोकांच्या तंत्राने चालणारे राज्य असे त्यांनी म्हटले आहे. भारतात लोकनियुक्त शासन स्थापन करून लोकांच्या प्रतिनिधिकडे आर्थिक बाबींचे नियंत्रण करण्यासह सर्व अधिकार असावेत असे ते सुचवतात. कायदेमंडळात सर्व जाती, धर्म, पंथ यांना प्रतिनिधित्व असावे असा त्यांचा आग्रह होता. क) मुख्य म्हणजे स्वराज्याचा विचार त्यांनी हिंदु परंपरेशी जोडला. स्वराज्य ही पाश्चात्त्य संकल्पना नसून तिचे मूळ भारतीय संस्कृतीतील 'स्वधर्म' विचारात आहे, स्वराज्य म्हणजे परिपूर्ण आत्मनियंत्रण असून केवळ परक्यांपासून स्वातंत्र्यच नव्हे तर आपले कर्तव्य पार पाडण्याचे सामर्थ्य असा

त्याचा अर्थ होतो ह्यावर टिळकांनी भर दिला. अशा प्रकारे स्वराज्य कल्पना भारतीय संस्कृतीच्या संदर्भात मांडून टिळकांनी सांस्कृतिक राष्ट्रवादाची पायाभरणी केली.

४) महात्मा गांधींनीही स्वनियमनाला आणि आध्यात्मिक उन्नतीला महत्त्व दिले असले तरी त्यांच्या स्वराज्य कल्पनेत सत्य, अहिंसा ह्या कल्पना विशेष महत्त्वाच्या आहेत; म्हणून स्वराज्य प्राप्तीसाठी प्रदीर्घ आत्मिक साधनेची गरज त्यांनी प्रतिपादन केली. सामाजिक संदर्भात समता हा त्यांच्या स्वराज्याचा गाभा आहे. सत्याग्रह हे परकीयांपासून स्वातंत्र्य मिळण्याचे साधन आहे, तर स्वतंत्र राष्ट्रात ग्रामराज्याच्या आधारे स्वराज्याचे अंतिम ध्येय साधता येईल असे गांधी म्हणतात. निव्वळ परकीय सत्तेपासून स्वातंत्र्य म्हणजे 'स्वराज्य' नव्हे हे टिळक आणि गांधी यांच्या विचारातील एक साम्य होय.

स्वराज्य म्हणजे 'स्वत:चे राज्य' होय. याचा अर्थ राज्यशासन होतो. लोकांच्या तंत्राने आणि लोकहितासाठी चालणाऱ्या लोकशाही आणि कल्याणकारी राज्याचा पुरस्कार टिळकांनी केला. त्यांना शासनात बदल हवा होता व अधिक चांगल्या प्रकारची शासनव्यवस्था हवी होती. स्वत:चे सरकार टिळकांना हवे होते. इंग्रजांना त्यांच्या देशात जे स्थान आहे, ते स्थान भारतात भारतीय नागिरकाला असले पाहिजे असे टिळकांना वाटत होते. मात्र, स्वराज्य म्हणजे ब्रिटिश साम्राज्याशी संबंध तोडणे अशी त्यांची इच्छा नव्हती तर स्वराज्यातील आंतरव्यवस्था स्वतंत्रपणे चालावी असे त्यांना वाटत होते. ब्रिटिश परकीय असून लोकहितासाठी राज्यकारभार करत नाही; तर आम्हाला गुलाम बनवून आमची आर्थिक लूट करीत आहेत; जर त्यांनी लोकशाही प्रस्थापित केली आहे, तर त्यांनी भारतीयांच्या हाती अधिकाधिक सत्तासूत्रे दिली तर त्या राज्याचे स्वरूप 'स्वराज्य' असेल. आम्ही निवडलेले लोक आमच्या इच्छेनुसार कारभार करतील व स्वराज्याची मागणी म्हणजे ब्रिटिशांना हाकलून देणे आणि दुसऱ्या सत्तेला भारतात आणणे किंवा एखाद्या संस्थानिकाकडे शासन देणे असा अर्थ नाही. यावरून ब्रिटिश साम्राज्यातच राहून स्वातंत्र्य हेच त्यांचे उद्दिष्ट होते. तरीही पूर्ण स्वातंत्र्य हेच त्यांचे ध्येय असल्याचे दिसून येते. टिळक म्हणाले, ''ब्रिटिश साम्राज्यात स्वयंशासन हा आपला अंतिम हेतू नाही तर स्वराज्याचे हक्क मिळाले म्हणजे आपल्या राजकीय प्रगतीची वाटचाल अंतिम हेतूच्या जवळ जाईल.''

अ) स्वराज्यात कायद्याचे राज्य असते : व्यक्तिचे स्वातंत्र्य स्वराज्यातच सुरक्षित राहते. तसेच देशाची प्रगती आणि भौतिककल्याण साधता येते. स्वराज्य हा एक नैसर्गिक हक्क आहे.

ब) स्वराज्याचा नैतिक व आध्यात्मिक अर्थ : या अर्थाने स्वराज्य म्हणजे स्वधर्म पाळण्याची शक्ती टिळक मानत होते, याशिवाय व्यक्तिस स्वधर्म म्हणजे 'नागरिक आणि शासन' या दोघांमध्ये संघर्ष झाल्यानंतर कर्तव्याचे पालन असा अर्थ टिळकांनी मान्य केला होता; जर प्रत्येक व्यक्ती स्वधर्माने वागली तर धर्मराज्य निर्माण होईल. याउलट, व्यक्तीने आपला धर्म सोडला की समाजव्यवस्था कोलमडते.

प्रत्येकाला स्वधर्मीय म्हणविण्यासाठी राज्यसंस्था व समाज अस्तित्वात आला आहे. व्यक्तीला स्वधर्मीय किंवा नैतिक बनविण्याचे राज्य हे एक साधन आहे कारण व्यक्तिच्या नैतिक विकासाची परिस्थिती स्वराज्यातच असू शकते; म्हणून प्रत्येक व्यक्तिला स्वातंत्र्य प्राप्त व्हावे अशी इच्छा बाळगण्याचा हक्क आहे; म्हणून टिळक म्हणतात मानवाचे स्वातंत्र्य हे त्याच्या आत्म्याच्या स्वातंत्र्याचा नैसर्गिक हक्क आहे. म्हणून स्वराज्य ही व्यक्तीच्या नैतिक, आध्यात्मिक विकासाची गरज आहे.

क) स्वराज्याची गरज : जर आपणास स्वराज्य मिळाले नाही तर भारतात औद्योगिक प्रगती होण्याची शक्यता नाही. राष्ट्राला उपयुक्त असे प्राथमिक आणि उच्च शिक्षण मिळण्याची शक्यता नाही. स्त्रीशिक्षण व सामाजिक सुधारणा होण्याची शक्यता नाही म्हणून स्वराज्य मिळाले पाहिजे.

ड) स्वराज्यप्राप्तीचे मार्ग : (साधने) : स्वराज्य हे भारतीय जनतेचे ध्येय होते त्यासाठी कोणते मार्ग स्वीकारायचे यासाठी काँग्रेसमध्ये मतभेद होते. नेमस्तांच्या प्रभावाखाली अर्ज, विनंत्या, घटनात्मक मार्ग यांच्या मदतीने हक्क मिळवावेत असे ठरले होते. परंतु, ब्रिटिशांनी भारताचे शोषण 'फोडा व झोडा' ही धर्मनीती स्वीकारली. त्यातच कर्झनने 'बंगालची फाळणी' केली; त्यामुळे सर्वत्र संतापाची लाट उसळली व नेमस्त मार्गाचा पराभव झाला. अशा वेळी राष्ट्रीय आंदोलन तीव्र केले पाहिजे, असे टिळकांना वाटले. यासाठी आंदोलनाची चार सूत्रे (चतुःसूत्री) टिळकांनी सांगितली. स्वदेशी, बहिष्कार, राष्ट्रीय शिक्षण व स्वराज्य यापैकी स्वराज्य हे ध्येय होते व इतर तीन मार्ग किंवा साधने होती. दादाभाईंनी देखील स्वराज्य हे ध्येय आहे असे जाहीर केले व तेव्हा जहाल नेत्यांनी ही चतुःसूत्री राबविण्याचे ठरवले.

१) स्वदेशी : स्वदेशी हे भारतीय राष्ट्रवादी चळवळीतील एक सूत्र होते. आर्थिक राष्ट्रवादाचा पुरस्कार करणाऱ्या भारतीय नेत्यांनी स्वदेशीचा आग्रह धरला होता. न्या. रानडेंनी स्वदेशी वस्तूंचा खप कमी होत चालला आहे, परदेशासारखा माल आपण देशातच तयार केल्याशिवाय ही समस्या सुटणार नाही, असे म्हटले होते. दादाभाई नौरोजींनी आर्थिक शोषणाच्या सिद्धान्तातून स्वदेशी तत्त्वाचाच पुरस्कार केला होता. जहाल राष्ट्रवाद्यांच्या विचारात स्वदेशीचा जोमाने पुरस्कार केलेला आढळतो.

अरविंद घोष यांनी इंग्रजी मालावर बहिष्कार टाकून स्वदेशीचा, आर्थिक स्वावलंबनाचा आग्रह धरला पाहिजे, असे म्हटले होते. टिळकांनीही अशीच मांडणी केली होती. महात्मा गांधींच्या तत्त्वज्ञानात स्वदेशीचा विचार जास्त व्यापक अर्थाने झाला आहे. त्यांनी खादी व ग्रामोद्योगाचे अर्थशास्त्र मांडून परदेशी वस्तूंना कसा पर्याय देता येईल याचा विचार केला होता. स्वदेशीचा पुरस्कार म्हणजे फक्त स्वदेशी वस्तूंचा आग्रह धरणे असा न करता स्वदेशी विचारांचाही आग्रह धरणे असा करता येतो.

जहाल नेत्यांपूर्वीच स्वदेशीचा उदय झाला होता. दादाभाईंनी आपल्या दारिद्र्याला ब्रिटिश जबाबदार आहे, हे स्पष्ट केले होते. त्यांनी सत्तेचा उपयोग आर्थिक लूट करण्यासाठी केला होता. कच्चा माल घेऊन पक्क्या मालाची बाजारपेठ म्हणून भारताचा इंग्रजांनी उपयोग केला. त्यामुळे भारतातील उद्योगधंदे बुडाले व बेकारी वाढली. टिळकांनी हे विचार मान्य करून स्वदेशीचा स्वीकार केला. जनतेने स्वदेशी माल वापरायला सुरुवात केली तरच स्वदेशी मालाचे उत्पादन वाढेल, उद्योगधंदे वाढतील. लोकांना काम मिळेल. टिळक म्हणतात, जरी स्वदेशी वस्तू महाग असल्या तरी त्या खरेदी केल्या पाहिजेत; कारण त्या खरेदी करण्यामध्ये एक प्रकारचा त्याग आहे. त्यामुळे आपला पैसा भारतातच राहिल व भांडवल निर्मिती होईल. स्वदेशी चळवळ केवळ आर्थिक नाही तर ती राजकीय आहे. तसेच ती सामाजिक चळवळ आहे. त्यामुळे आर्थिक व सामाजिक क्षेत्रांत स्वावलंबी होऊन त्यांच्यात आत्मविश्वास वाढेल. औद्योगिक विकास होऊन तंत्रज्ञान व यंत्रज्ञान वाढेल व पुढे स्वराज्याची वाटचाल सोपी जाईल.

टिळक स्वत: स्वदेशी वस्तू वापरत होते. वर्तमानपत्रासाठी भारतीय कागद ते वापरत होते. असा देशी कागद जेव्हा उपलब्ध नसे तेव्हा ब्रिटनशिवाय इतर देशांकडून ते मागवत असत. देशी उद्योगाला चालना देण्यासाठी आंदोलन सुरू केले. यामध्ये जनतेचे योगदान महत्त्वाचे आहे. त्या आर्थिक योगदानामुळे जीवनमान सुधारण्यास मदत होईल.

२) बहिष्कार : स्वदेशीला पूरक ठरेल अशी बहिष्कार चळवळ निर्माण झालेली होती. स्वदेशीतील माल वापरण्याबरोबरच परकीय मालावर बहिष्कार टाकावा. सर्वच वस्तू भारतात मिळत नाही किंवा उत्पादित होत नाही; म्हणून लोकांनी आपल्या गरजा कमी कराव्यात व केवळ अत्यावश्यक वस्तू इंग्लंडशिवाय इतर देशातून आणाव्यात त्या वस्तू इंग्लंडशिवाय इतर देशातून आणाव्यात म्हणजे हा बहिष्कार ब्रिटिशांना जाणवेल. जगात त्यांची नाचक्की होईल त्यांचे उद्योगधंदे नष्ट होतील. याशिवाय कोणत्या वस्तूंची भारतात गरज आहे. हे लक्षात घेऊन त्या भारतात निर्माण करण्याचे प्रयत्न होतील अशाप्रकारे आर्थिक आणि राजकीय चक्र चालू राहिले पाहिजे. टिळक

म्हणतात, जेव्हा जनता व परकीय शासन यामध्ये संघर्ष निर्माण होतो. तेव्हा परकीय वस्तूंवर बहिष्कार टाकणे आवश्यक असते. ब्रिटनमध्ये शस्त्रास्त्र क्रांती झाली, त्याचा आम्ही तिरस्कार करीत नाही; कारण तेवढी शक्ती आमच्यात नाही पण बहिष्कारातून आम्ही परदेशात जाणारे कोट्यवधी रुपये वाचवू शकतो. चिनी लोकांनी बहिष्कार टाकल्याने अमेरिकेची अर्थव्यवस्था खिळखिळी झाली होती. बहिष्कारातून एकतर परकीयांची अवस्था डबघाईला येते व दुसरे स्वदेशी वस्तूंचे उत्पादन वाढते. मूठभर ब्रिटिश लोक आमच्यावर राज्य करतात याची कारणे आमची मदत होय. तुमच्यापाशी सशस्त्र क्रांती करण्याची शक्ती नसते. त्याचप्रमाणे श्रमत्याग व आत्मसंयमाची शक्ती असेल तर ब्रिटिशांना शासन करायला सहकार्य मिळणार नाही; यालाच बहिष्कार असे म्हणतात. यापुढे आम्ही त्यांना शांतता निर्मितीसाठी, करवसुलीसाठी सहकार्य देणार नाही. ही चळवळ दादाभाईंनी असहकाराच्यारूपाने निर्माण केली होती व पुढे ती चळवळ टिळकांनी हाती घेतली.

३) राष्ट्रीय शिक्षण : टिळक स्वत: हाडाचे शिक्षक असल्याने शैक्षणिक कार्यावर त्यांचा विश्वास होता. ते म्हणत की, थोड्या सुशिक्षितांनी काँग्रेस व्यासपीठावर येऊन ठराव केल्याने भारताचे कल्याण होणार नाही; तर काँग्रेसचे कार्य जनतेपर्यंत पोहोचले पाहिजे.

राष्ट्रीय शिक्षण म्हणजे राष्ट्रशक्तीचे एक प्रभावी साधन आहे. त्यामुळे विद्यार्थ्यांना आपल्या राष्ट्राबाबतची सर्व माहिती मिळू शकते व त्यामुळे राष्ट्रीय प्रवृत्ती प्रज्वलीत करण्यासाठी अपुरे होते. याचे कारण देशाची आर्थिक व राजकीय वस्तुस्थिती आमचे देशप्रेम, आमची संस्कृती या पद्धतीच्या शिक्षणाने निर्माण होऊ शकत नव्हती. यामुळे आमच्यात स्वाभिमान, आत्मविश्वास निर्माण होत नव्हता; तर स्वत्वदेखील नाश पावत चाललेले होते. त्या शिक्षणात धर्म, नीती, राष्ट्रीय शिक्षण, व्यावसायिक शिक्षण यांचा समावेश नव्हता. टिळक म्हणतात, राष्ट्रीय शिक्षण दिले जात नसे. म्हणजेच स्वतंत्र देशातील विद्यार्थ्यांना जे शिक्षण दिले जाते आणि ज्या शिक्षणाची आवश्यकता असते असे शिक्षण भारतीयांना मिळू शकत नव्हते. शिक्षण मातृभाषेतून असावे. तसेच परकीय भाषांचा अभ्यास करता यावा असे टिळकांचे मत होते. याच उद्देशाने टिळकांनी न्यू इंग्लिश स्कूल, डेक्कन एज्युकेशन सोसायटी, फर्ग्युसन कॉलेज अशा शैक्षणिक संस्थांची स्थापना केली.

स्वराज्य प्राप्तीसाठी टिळकांनी इतर काही मार्गांचा पुरस्कार केलेला दिसून येतो. लोकमत घडविणे व ते जागृत करणे यातून जनतेत त्यांनी देशप्रेम, राष्ट्रवाद व परकीय राष्ट्रांबद्दल असंतोषाची भावना निर्माण केली. हिंसेचा मार्ग त्यांना मान्य नव्हता.

परंतु ते पूर्णपणे अहिंसावादीही नव्हते; कारण चापेकर बंधूंच्या धाडसाचे व राष्ट्रप्रेमाचे त्यांनी कौतुक केले होते. अर्थात, ते रक्तहीन क्रांतीचे समर्थक बनले होते.

सारांश

लोकमान्य टिळक स्वराज्य या संकल्पनेकडे स्वशासन याअर्थाने पाहत होते. स्वराज्य, स्वदेशी, बहिष्कार व राष्ट्रीय शिक्षण ही चतुःसूत्री टिळकांनी मांडली यापैकी स्वराज्य हे साध्य होते तर इतर तीन ही स्वराज्यप्राप्तीची साधने आहेत असे टिळक प्रतिपादन करतात. अशा प्रकारे लोकमान्य टिळकांचे स्वराज्याबाबतचे विचार सांगता येतात.

क) सामाजिक सुधारणांवरील टीका

प्रस्तावना

लोकमान्य टिळकांनी सामाजिक सुधारणा व राजकीय स्वातंत्र्य या दोन पर्यायांपैकी राजकीय स्वातंत्र्य या पर्यायाची निवड करून सामाजिक सुधारणेपेक्षा त्याला जास्त महत्त्व दिले. भारतीय समाजात सक्तीने किंवा कायद्याने सामाजिक सुधारणा घडवून आणणे त्यांना अयोग्य वाटत होते त्याऐवजी लोकांनी स्वतःहून सुधारणा आचरणात आणल्या पाहिजे असे मत लोकमान्य टिळकांनी मांडले होते.

१) टिळकांच्यापूर्वी समाजसुधारणेला सुरुवात

टिळकांच्या अगोदरपासून समाजसुधाणेला सुरुवात झाली होती. ब्रिटिशांच्या आगमनामुळे भारतीय समाजात बुद्धिनिष्ठ, शास्त्रीय व गतिमान पाश्चिमात्य संस्कृतीचे ज्ञान झाले होते; त्यामुळे समाजपरिवर्तनाची मुळे खोलवर रुजलेली होती. आर्य समाज, ब्राह्मो समाज व प्रार्थना समाजाने समाज सुधारणेचे प्रयत्न सुरू केले होते. सती जाण्याची चाल कायद्याने बंद केली होती. म.फुले यांनी सत्यशोधक समाजाची स्थापना केल्यानंतर सुधारणा चळवळीला जोर आला; पण त्याचवेळी समाजसुधाणेच्या नावाखाली हिंदू धर्म आणि संस्कृती याबाबत समाजामध्ये हीनत्वाची भावना निर्माण झाली होती.

२) राजकीय स्वातंत्र्य की समाजसुधारणा

भारतात राजकीय विचारात जहाल विरुद्ध मवाळ असा वैचारिक संघर्ष चालू असताना महाराष्ट्रात आधी समाजसुधारणा की राजकीय स्वातंत्र्य असा वाद निर्माण झाला. राष्ट्रीय सभेच्या स्थापनेपासून हा वाद महत्त्वाचा बनला होता. रानडे, आगरकर या समाजसुधारकांच्या विरोधात टिळक गेले म्हणून त्यांच्या सामाजिक विचारांबाबत चुकीचे ग्रह निर्माण झाले. या विचारांमध्ये सामाजिक सुधारणांना प्राधान्य देण्याच्या विरुद्ध होते;

कारण त्यांच्या मते, भारतात धर्म, पंथ व संस्कृती याबाबत भिन्नता आहे. त्यामुळे या विविधतेमुळे समाजसुधारणेला प्राधान्य दिले तर वादळ निर्माण होईल तसेच परस्पर विरोधी गट निर्माण होतील त्यामुळे सामाजिक ऐक्य नष्ट होईल जर दोन्ही सुधारणा एकाचवेळी सुरू केल्या तर स्वातंत्र्यप्राप्तीसाठी लोकशक्ती संघटित करणे अशक्य होईल.

राजकीय स्वातंत्र्य की समाज सुधारणा पहिल्यांदा हिंदुस्थानसाठी स्वीकारायचे यामध्ये लोकमान्य टिळकांनी सामाजिक सुधारणांपेक्षा राजकीय स्वातंत्र्याला प्राधान्य दिले कारण हिंदुस्थानला राजकीय स्वातंत्र्य मिळाल्याशिवाय सामाजिक सुधारणा घडून येणार नाहीत. हिंदुस्थानमध्ये स्वत:चे राज्य आले की, आपोआपच राजकीय सत्तेच्या मार्फत सामाजिक सुधारणा घडून येतील. टिळक म्हणतात, जे पहिल्यांदा सामाजिक सुधारणांची मागणी करीत आहेत ते हे विसरतात की, सामाजिक सुधारणांना प्राधान्य दिले की हिंदुस्थानचा समाज एकसंघ राहत नाही. तो अनेक गटांमध्ये विभागला जातो. याचाच अर्थ लोकमान्य टिळक म्हणतात, सामाजिक सुधारणा हा राष्ट्रीय ऐक्याच्या मार्गातील अडथळा ठरू शकतो. ब्रिटिशांच्या सत्तेशी संघर्ष करताना हिंदुस्थानचा समाज हा एकसंघ हवा आहे. आपण ऐक्याच्या बळावरतीच ब्रिटिशांना हिंदुस्थानमधून हाकलून देऊ शकतो. लोकमान्य टिळक म्हणतात, आपण पारतंत्र्यात आहोत. पहिल्यांदा पारतंत्र्य संपवून स्वराज्य प्राप्त करणे हेच सर्वांचे एकमेव ध्येय असले पाहिजे. आपण या ध्येयापासून किंचितही बाजूला जाता कामा नये. हे ध्येय प्राप्त करण्यासाठी संपूर्ण समाजामध्ये ऐक्य व एकात्मता आवश्यक आहे. सामाजिक सुधारणांना महत्त्व दिले तर ऐक्य नष्ट होईल. समाजाची शक्ती विभागली जाईल व स्वराज्याचे ध्येय प्राप्त करणे अवघड होईल. याचा अर्थ लोकमान्य टिळक सामाजिक सुधारणांच्या विरोधी होते असा होत नाही. लोकमान्य टिळक सामाजिक सुधारणांपेक्षा राजकीय स्वातंत्र्याला प्राधान्य देत होते असे म्हणता येते.

३) प्रतिगामित्वाचा आरोप

टिळकांच्या या विचारांमुळे त्यांच्यावर आरोप करण्यात आले की, टिळक सामाजिक सुधारणांच्या विरोधी आहेत. जुन्या प्रथा आणि रूढींचे ते आंधळेपणाने पालन करतात. ते प्रतिगामी विचारसरणीचे आहेत, कारण ते रूढीवाद्यांचे तसेच प्रतिक्रियावाद्यांचे नेते आहेत. अशा टीका त्यांच्यावर करण्यात आल्या.

याला पुढील घटना कारणीभूत ठरल्या आहेत.

१) रमाबाई विरुद्ध दादाजी : या खटल्यात रमाबाईंना त्यांच्या पतिपासून घटस्फोट हवा होता; कारण त्यांचा विवाह बालपणीच त्यांच्या इच्छेविरुद्ध झाला होता. खटल्याचा निकाल रमाबाईंच्या विरुद्ध लागला. तेव्हा टिळकांनी या निर्णयाचे

स्वागत केले व न्यायालयाने हिंदू कायद्याला महत्त्वाचे स्थान दिले म्हणून या खटल्याचे समर्थन केले.

२) वय संमती विधेयक : इ. स. १८९१ मध्ये कायदेमंडळात एक विधेयक मांडण्यात आले. त्यानुसार १२ वर्षांच्या आतील पत्नीबरोबर शारीरिक संबंधाला बंदी घालण्यात आली. तसेच मुलगी वयात आल्यानंतर इच्छा असल्यास आपल्या पतीचा त्याग करू शकेल असेही कलम घातलेले होते. त्यामुळे टिळकांनी या विधेयकाला हिंदुंच्या धार्मिक बाबतीत हस्तक्षेप होतो म्हणून विरोध केला व त्याविरुद्ध जनआंदोलन उभारले. यामुळे टिळकांना प्रतिगामी मानणे म्हणजे त्यांच्यावर अन्याय करण्यासारखे आहे; कारण टिळक तत्कालीन समाजसुधारकांपेक्षा अधिक सुधारणावादी होते.

४) टिळकांचे समाजसुधारणवादी विचार

टिळक कधीही समाजसुधारणांच्या विरोधी नव्हते; तर त्यांना सामाजिक परिवर्तन मान्य होते. मात्र, त्यांनी समाजसुधारकांच्या प्रत्येक गोष्टीचे समर्थन केले नाही. ज्या गोष्टी मान्य झाल्या त्या गोष्टींचे त्यांनी समर्थन केले, इतर गोष्टींना विरोध केला व याबाबतचे आपले विचार त्यांनी केसरीतून मांडले.

१) लोकमत : टिळकांच्या मते, समाजामध्ये कोणतीही सुधारणा करावयाची असेल तर प्रथम लोकमत तयार केले पाहिजे कारण सुधारणा मंदगतीने होत असतात तर यासाठी लोकशिक्षण झाले पाहिजे. लोकांची मनोवृत्ती किंवा दृष्टिकोन लवकर बदलत नाही; कारण कोणत्याही रूढी क्षणात बदलत नाहीत. म्हणून कायद्याने समाजपरिवर्तन करण्याचा प्रयत्न केला तर अनेक लोक त्याला विरोध करतील व त्यामुळे समाजाचे विभाजन होईल, एकात्मता नष्ट होईल.

२) वय संमती विधेयक : या विधेयकाला विरोध करताना टिळकांनी काही चांगले प्रस्ताव मांडले आहेत. ते खालीलप्रमाणे –

i) वयाच्या १६ वर्षांपूर्वी मुलीचा विवाह होऊ नये.

ii) लग्नाच्या वेळी मुलाचे वय २१ वर्षांपेक्षा जास्त असावे.

iii) वयाच्या ४० व्या वर्षानंतर विवाह करू नये व केला तर विधवेशी करावा.

iv) हुंडा पद्धती बंद व्हावी.

v) विधवांचे केशवपन होऊ नये.

३) व्यक्ती आणि समाज यात समन्वय : व्यक्ती ही समाजाची घटक आहे व व्यक्तिच्या इच्छा व समाजाच्या इच्छा यात समन्वय असावा. या समन्वयातून ज्या सुधारणा होतील त्या स्थिर स्वरूपाच्या असतील. समाजाच्या विरुद्ध जाऊन स्वइच्छेप्रमाणे वर्तन केले तर समाजात अराजकता निर्माण होईल.

४) परकीयांचे अंधानुकरण नको : टिळकांच्या मते, सनातन धर्मसंस्कृतीबद्दल आदर आहे. त्यांनी समाजपरिवर्तनाचा विचार मांडला. समाजसुधारणा म्हणजे केवळ परकीयांच्या विचारांचे अंधानुकरण नाही तर भारतीय संस्कार व श्रद्धा नष्ट करून त्याजागी ब्रिटिश संस्था किंवा श्रद्धा प्रस्थापित करणे म्हणजे सुधारणा नाही; तसे झाल्यास भारत राष्ट्र म्हणून राहणार नाही; तर जी सुधारणा करावयाची ती प्राचीन आधारावर करावी. त्या वेळी काही लोक पश्चिमी संस्कृतीने प्रभावित होऊन सनातन धर्मसंस्कृतीचा तिरस्कार करत होते. अशा लोकांना समाजसुधारणा सुचविण्याचा अधिकार नाही.

५) राजकीय स्वातंत्र्याला अधिक महत्त्व : राजकीय स्वातंत्र्य मिळावे असे टिळकांना वाटत होते. 'सामाजिक सुधारणा करणे घरचाच प्रश्न आहे' असे ते म्हणतात. आम्हाला आमचे भवितव्य निश्चित करण्याची शक्ती जोपर्यंत प्राप्त होत नाही तोपर्यंत समाजसुधारणा करणे शक्य नाही. त्यांच्या मते, सिलोन व ब्रह्मदेश सामाजिक स्वातंत्र्याचा उपभोग घेत असले तरी राजकीय स्वातंत्र्याच्या अभावी त्यांच्या भवितव्यामध्ये मला केवळ अंधकारच दिसून येतो; म्हणून टिळकांनी भारताच्या राजकीय स्वातंत्र्यास अधिक महत्त्व दिले.

६) शासनाला हस्तक्षेपाचा अधिकार नको किंवा शासनाच्या हस्तक्षेपास विरोध : परकीय राज्यकर्त्यांना आपल्या सामाजिक व धार्मिक बाबतीत हस्तक्षेप करण्याची संधी देऊ नये असे टिळकांना वाटत होते. एकदा ब्रिटिश सरकारला याच क्षेत्रात कायदे करण्याचे अधिकार दिले की, अंमलबजावणीचे व न्याय देण्याचे अधिकार त्यांना प्राप्त होतील, त्यामुळे ब्रिटिश राज्यकर्ते आणि न्यायाधिश यांची सत्ता वाढेल. याचाच अर्थ आपलीच गुलामगिरी वाढेल शिवाय त्यांना आपली सनातन जीवनमूल्ये माहीत नाहीत. आपल्या चांगल्या रूढी व परंपरा ते नष्ट करतील. जे समाजसुधारक ब्रिटिशांना देवासमान व पुढारलेले मानतात ते भारतीयांचा अपमान करतात. आम्ही जुनाट व मागासलेले आहोत असे म्हणतात. त्यामुळे भारतीयांचे नीतिधैर्य खचून आत्मविश्वास नष्ट होईल व विधायक सुधारणा आमच्या हातून होणार नाही. शिवाय ब्रिटिशांनी राजकीय व आर्थिक क्षेत्र काबीज केले आहे; त्यामुळे आपले सामाजिक जीवन त्यांच्या ताब्यात देणे आत्मनाशास कारणीभूत होईल.

७) स्वयंप्रेरणेने सुधारणा : टिळकांना बाह्यकायद्याने किंवा सक्तीने केलेल्या सुधारणा अयोग्य वाटत होत्या. त्यांचा उत्क्रांतिवादावर विश्वास होता. त्यामुळे स्वयंप्रेरणेने व क्रमश: सुधारणा झाल्या पाहिजे; असे टिळकांना वाटत होते. शिक्षेच्या भीतीने, कायद्याच्या दडपणाने व सत्तेच्या वापराने केलेल्या सुधारणा अल्पजीवी असतात असे टिळकांना वाटत होते.

८) सुधारकांचा व्यवहार : तोंडाने समाजसुधारणेची भाषा करणारे सुधारक स्वत:च्या जीवनात व व्यवहारात त्याप्रमाणे आचरण करत नाहीत. विधवा विवाहांची चांगली सुधारणा आहे पण आपल्या कुटुंबातील विधवांना विवाहाची परवानगी देत नव्हते; तर काही स्वत: विधवेशी विवाह करत नव्हते.

९) इतर प्रयत्न : टिळकांनी कोलकाता येथील सामाजिक परिषदेत बालविवाहाचा निषेध करणारा ठराव मांडला; तर नागपूरच्या सामाजिक परिषदेत विधवा विवाहाचा ठराव मांडला. गणेशोत्सव व शिवजयंती उत्सवात त्यांनी अस्पृश्यांना सामील करून घेतले. मुंबईच्या दलित वर्गाच्या परिषदेत ते म्हणाले, ईश्वराला अस्पृश्यता मान्य असेल तर मी ईश्वर मुळीच मानणार नाही.

सारांश

टिळकांची समाजसुधारणे संदर्भात अस्पृश्यता व स्त्री-शिक्षणाबाबतची मते पाहिली तर त्यांना प्रतिगामी विचारांचे म्हणणे अन्यायकारक ठरेल; कारण त्यांना समाजसुधारणा हवी होती. पण परकीयांचे अंधानुकरण नको होते. कायद्याने नव्हे तर उत्क्रांतीने, शिक्षणाने, स्वयंस्फूर्तीने, संथ गतीने सामाजिक सुधारणा हव्या होत्या. प्रथम राजकीय स्वातंत्र्य आणि नंतर समाजसुधारणा या तत्त्वांचा त्यांनी आग्रह केला.

ड) लोकमान्य टिळकांचे लोकसंग्रहाचे तत्त्व

प्रस्तावना

लोकमान्य टिळकांनी लोकसंग्रहाचे तत्त्व स्पष्ट केले आहे. लोकमान्य टिळकांनी गीतारहस्यातील 'संन्यास व कर्मयोग' या प्रकरणात लोकसंग्रहाच्या तत्त्वाचे सविस्तरपणे विश्लेषण केले आहे. लोकमान्य टिळक म्हणतात, लोकांचा संग्रह करणे किंवा मनुष्याचा जमाव करणे म्हणजे लोकसंग्रह असा मर्यादित अर्थ लोकसंग्रह या संकल्पनेचा नाही. स्वत: कर्म किंवा काम सोडण्याचा अधिकार असतानादेखील अडाणी किंवा अज्ञानी लोकांनी त्यांची कर्म किंवा काम सोडू नये त्यांना आनंद वाटावा म्हणून त्यांच्याप्रमाणे वागण्याचे सोंग किंवा ढोंग करणे असा देखील लोकमान्य टिळकांना लोकसंग्रहाचा अर्थ अभिप्रेत नव्हता; कारण लोकमान्य टिळकांनी लोकांनी अडाणी किंवा अज्ञानी रहावे किंवा त्यांना अडाणी ठेवण्यासाठी ज्ञानी पुरुषाने कर्मे करण्याचे ढोंग करावे हे शिकविण्याचा गीतेचा हेतू नाही असे म्हटले आहे.

१) लोकसंग्रह तत्त्वाचा अर्थ

संग्रह या शब्दाचे गोळा करून ठेवणे, राखणे, पाळणे, नियमन करणे असे विविध अर्थ कोशामध्ये दिलेले आहेत. लोकांचा संग्रह करणे म्हणजे त्यास एकत्र संबद्ध

करून त्याच्या परस्पर कार्याने जे सामर्थ्य निर्माण होते ते त्यांच्या अंगी येईल अशा रीतीने त्यांचे पालन, पोषण किंवा नियमन करणे व त्याद्वारे त्याची सुस्थिती कायम ठेवून पुढे त्यास ध्येयप्राप्तीच्या मार्गाला लावणे. राष्ट्राचा संग्रह हा शब्द याच अर्थाने मनुस्मृतीत आलेला आहे. अज्ञानाने वागत असणाऱ्या लोकांना शहाणे करून सुस्थितीत एकत्र ठेवणे आणि आत्मोन्नतीच्या मार्गास लावणे हा लोकसंग्रहाचा एक अर्थ लोकमान्य टिळकांनी सांगितला आहे.

लोकसंग्रह यातला लोक हा शब्द केवळ मनुष्य प्राण्यासाठी नाही. जगातील इतर सर्व प्राण्यांपेक्षा मनुष्य प्राणी सर्वश्रेष्ठ असल्यामुळे मानव जातीच्या कल्याणाचा विचार प्रामुख्याने लोकसंग्रह या तत्त्वात आहे. तरीसुद्धा भूलोक, सत्यलोक, पितृलोक, देवलोक हे असे विविध लोक परमेश्वराने निर्माण केलेले आहेत. याचेदेखील व्यवस्थित भरणपोषण होऊन ते सर्व चांगल्याप्रकारे चालू रहावे अशी परमेश्वराची इच्छा असल्यामुळे मनुष्य लोकाबरोबरच या सर्व लोकांचे व्यवहारही चांगल्या स्थितीत चालावे असा एवढा व्यापक अर्थ लोकसंग्रह तत्त्वाचा आहे. शांतिपर्वात भीष्मांनी युधिष्ठिरास लोकसंग्रहाच्या तत्त्वाचा अर्थ सांगितला आहे. त्याचा संदर्भ लोकमान्य टिळक देतात लोकसंग्रह हे थोतांड किंवा लोकांना अज्ञानात ठेवण्याचे तत्त्व किंवा युक्ती नसून, ज्ञानावर आधारलेले कर्म या जगातून नाहीसे झाले तर जगाचा नाश होण्याची जास्त शक्यता आहे म्हणून ब्रह्मदेवाने निर्माण केलेल्या साधुपुरुषांच्या कर्तव्यांपैकी हे एक मुख्य कर्तव्य आहे. 'मी हे काम केले नाही तर सर्व लोक म्हणजे जग नष्ट होईल.' असे भगवद्‌गीतेत म्हटले आहे. ज्ञानी पुरुष हे लोकांचे डोळे आहेत. त्यांनी जर आपले काम करण्याचे सोडले तर जग आंधळे होईल म्हणजे संपूर्ण लोकांचा नाश झाल्याशिवाय राहणार नाही. ज्ञानी पुरुषांनी लोकांना आपल्या ज्ञानाद्वारे ज्ञानी केले पाहिजे व त्यामार्फत त्याची प्रगती घडवून आणली पाहिजे. अज्ञानी लोकांना केवळ ज्ञानी पुरुषाने उपदेश करून चालणार नाही तर ज्ञानीपुरुषाने आपण जी तत्त्वे लोकांना सांगत आहोत ती प्रत्यक्षात आचरणात आणली पाहिजेत याचाच अर्थ टिळक म्हणतात, ज्ञानी पुरुषाने स्वत: कर्म केले नाही तर लोकदेखील आळशी बनतात व त्याच्या आळशीपणाला हे एक कारण ठरते. सामान्य लोकांची बुद्धीभेद न होता त्यांना कर्म करण्यास, सदाचारी वर्तन करण्यास भाग पाडणे हे ज्ञानी पुरुषाचे लोकसंग्रहाबाबतचे कर्तव्य ठरते. त्यामुळे टिळक गीतेमध्ये म्हणतात, ज्ञानी पुरुषाला कर्म न करण्याचे स्वातंत्र्य केव्हाही असूच शकत नाही. स्वत:साठी कर्म न करता लोकसंग्रहासाठी ज्ञानी पुरुषाने चातुर्वर्ण्यांची सर्व कामे केली पाहिजेत. निरपेक्ष, कोणत्याही प्रकारचा भेदाभेद न करता, निष्काम बुद्धीने ज्ञानी पुरुषाने लोकसंग्रहाचे कार्य केले पाहिजे. ज्ञानी पुरुषास कर्म सोडण्याचा अधिकार प्राप्त होतो या तत्त्वाला लोकमान्य टिळकांनी गीतेमध्ये विरोध केला आहे.

लोकसंग्रह हे ज्ञानी पुरुषाचे प्राथमिक कर्तव्य असल्याने त्याला कर्म सोडण्याचा अधिकार नाही असे टिळक म्हणतात. ज्ञानीपुरुषांचा आत्मा व सर्व लोकांचा आत्मा एकच असतो. ज्ञानी पुरुषाने स्वत:च्या हितापेक्षा लोकांच्या हिताकडे अधिक लक्ष दिले पाहिजे.

२) ज्ञानी पुरुष समाजाचे गुरू

लोकमान्य टिळक म्हणतात, परमेश्वरापेक्षा कोणीही अधिक ज्ञानी व अधिक निष्काम असूच शकत नाही परंतु साधूंचे रक्षण, दुष्टांचा नाश व धर्मसंस्थापन ही लोकसंग्रहाची कामे करण्यासाठी परमेश्वराने अनेक वेळा अवतार घेतला आहे. ज्ञानाने ज्ञानी पुरुष परमेश्वर होतो त्यामुळे परमेश्वराने केलेली लोकसंग्रहाची सर्व कामे ज्ञानी पुरुषांनादेखील करावी लागतात.

ज्ञानी पुरुषाने केवळ आपल्या साधनेमध्ये किंवा स्वार्थामध्ये गुंतून राहू नये. तर लोकसंग्रहाच्या कार्य करण्याची महत्वाची जबाबदारी आपल्यावर आहे हे त्यांनी लक्षात घेतले पाहिजे. लोकसंग्रहाचे कार्य म्हणजे कोणत्याही प्रकारचा ढोंगीपणा नसून अज्ञानी लोकांचे कल्याण करणे होय. लोकमान्य टिळक म्हणतात, पाश्चिमात्य देशात लोकसंग्रह हे महत्वाचे शास्त्र बनले आहे. गीतेतील चातुर्वर्ण्यव्यवस्थेप्रमाणे प्राप्त झालेली कर्म निष्काम बुद्धीने कशी करावी, भ्याड लोकांना प्रत्यक्ष धडा घालून देणे म्हणजे लोकसंग्रह होय. ज्ञानी पुरुष हे समाजाचे केवळ डोळे नसून गुरू आहेत असे टिळक म्हणतात.

आपल्या काळातील समाजातील दोष काढून टाकून समाजाचे ऐक्य अबाधित ठेवून प्रगती घडवून आणणे म्हणजे लोकसंग्रह होय. अशा प्रकारचा लोकसंग्रह जनक राजाने केला होता. जनक राजाने संन्यास घेतला नाही याउलट तो आयुष्यभर राज्य करित राहिला. समाजाच्या कल्याणासाठी कार्य करणे हाच लोकसंग्रह करणे आहे असे गीतेत म्हटले आहे.

३) ज्ञान व निष्काम कर्म

ज्ञानी पुरुषाने मी लोकसंग्रह करील अशी अभिमानाची भाषा करू नये. ज्ञानी पुरुषाने कर्तव्य म्हणून लोकसंग्रह केला पाहिजे. लोकसंग्रह हे ज्ञानी पुरुषाचे महत्वाचे कर्तव्य आहे. म्हणून त्याने ते स्वइच्छेने केले पाहिजे. ज्ञानाच्या व फलाच्या अपेक्षेने त्याने हे कर्तव्य करू नये. ज्ञानी पुरुषाने सदसद्विवेकाने लोकसंग्रहाचे काम करत राहिली पाहिजे. कर्तव्य व ज्ञान याची जोड याला दिली पाहिजे. ज्ञानयुक्त निष्काम कर्मे करण्याच्या मार्गास निवृत्ती किंवा निवृत्त कर्म असे नाव न देता कर्मयोग असे नाव द्यावे असे टिळक म्हणतात.

सारांश

लोकमान्य टिळकांनी गीतारहस्य हा ग्रंथ लिहीला व त्यामध्ये त्यांनी लोकसंग्रह हे तत्त्व स्पष्ट केले आहे. ज्ञानी पुरुषाने अज्ञानी लोकांना ज्ञानी करून त्यांचे हित साध्य करणे होय. ज्ञानी पुरुषाची समाज विकासातील भूमिका महत्त्वाची आहे. ज्ञानी पुरुषाला लोकसंग्रह करावयाचा असल्याने त्याने उक्ती व कृती यामध्ये साम्य ठेवले पाहिजे. सदाचारी, नैतिकता व निरपेक्ष बुद्धीने ज्ञानी पुरुषाने लोकसंग्रहाचे कार्य केले पाहिजे. कारण अनेक लोक अज्ञानी असल्यामुळे त्यांचे प्रबोधन करून त्यांना देशहितासाठी कर्म करण्यासाठी तयार करण्यामध्ये ज्ञानी पुरुषाची भूमिका लोकमान्य टिळकांना महत्त्वाची वाटते. लोकांमध्ये ऐक्याची भावना निर्माण करून त्यांच्यामध्ये संपूर्ण समाजाच्या कल्याणासाठीची भावना निर्माण करण्यामध्ये ज्ञानी पुरुषाची भूमिका महत्त्वपूर्ण आहे. ज्ञानी पुरुषाने संपूर्ण जगाच्या कल्याणासाठी लोकसंग्रह करावा असे लोकमान्य टिळक म्हणतात.

सराव प्रश्न

१) लोकमान्य टिळकांचे राष्ट्रवादविषयक विचार लिहा किंवा लो. टिळकांचा सांस्कृतिक राष्ट्रवाद स्पष्ट करा.
२) लो. टिळकांचे स्वराज्याबाबतचे विचार स्पष्ट करा.
३) लो. टिळकांनी सांगितलेली चतुःसूत्री स्पष्ट करा.
४) लो. टिळकांचे सामाजिक सुधारणांवरील विचार लिहा.
५) लो. टिळकांनी मांडलेली लोकसंग्रहाचे तत्त्व ही संकल्पना स्पष्ट करा.

प्रकरण ४

महात्मा गांधी (१८६९-१९४८)

(Mahatma Gandhi)

अ) सत्याग्रहाचा सिद्धान्त - अहिंसेचा अर्थ - साध्य - साधनांबाबतच वाद - सत्याग्रहाचे मार्ग किंवा तंत्रे (Theory of Satyagraha-Meaning of Non-Violence-Ends and Means Debute, Forms of Satyagraha)

ब) पाश्चिमात्य संस्कृतीवरिल टीका (Critique of Western Civilization)

क) सर्वोदयाबाबतचे विचार (Views on Sarvodya)

ड) जातीय एकोपा याबाबतचे विचार (Views on Communal Harmony)

अल्प परिचय

- मोहनदास करमचंद गांधी
- जन्म - २ ऑक्टोबर १८६९
- मृत्यू - ३० जानेवारी १९४८
- शिक्षण - एल एल. बी.
- 'हरिजन' हे वर्तमानपत्र सुरू केले.

ग्रंथरचना

१) हिंद स्वराज्य २) गीताबोध ३) सर्वोदय ४) माझे सत्याचे प्रयोग ५) धर्म नीती ६) नीतिधर्म ७) आरोग्याची गुरूकिल्ली ८) आत्मशुद्धी ९) ग्रामसेवा १०) राष्ट्रवाणी ११) महात्मा गांधींवर पडलेला प्रभाव गीता, रामायण, महाभारत

महात्मा गांधी हे भारतीय राजकीय विचारवंतांपैकी एक महत्त्वाचे विचारवंत

आहेत. गांधींनी सत्याग्रहाचा सिद्धान्त मांडला. सामाजिक व राजकीय जीवनात सत्य अहिंसक मार्गानेच प्रस्थापित करता येते, असा महत्त्वपूर्ण विचार महात्मा गांधी यांनी मांडला. लहानपणी गांधींवर घरामध्ये वैष्णव पंथाचे संस्कार झाले, तर परदेशात शिक्षण घेत असताना तेथील संस्कृती जाणून घेता आली. दक्षिण आफ्रिकेमध्ये राहिल्याने तेथील परिस्थितीचा तसेच टॉलस्टॉय, रस्किन व थोरो या विचारवंतांच्या विचारांचा प्रभाव गांधींवर पडला. गांधींच्या राजकीय विचारांवर टॉलस्टॉयच्या विचारांचा सर्वात जास्त प्रभाव होता. १९१० साली गांधींनी टॉलस्टॉय फार्मची स्थापना केली होती. गांधींनी सत्य, अहिंसा, सत्याग्रहाबाबतचे विचार मांडले, तर पाश्चिमात्य संस्कृतीवर त्यांनी जोरदार टीका केली. गांधींनी राज्यसंस्थेला विरोध केला व अराज्यवादाचा स्वीकार केला. रामराज्य, विश्वस्त कल्पना, सर्वोदय या संकल्पना महात्मा गांधींनी मांडल्या.

अ) सत्याग्रहाचा सिद्धान्त–अहिंसेचा अर्थ

प्रस्तावना

सर्वच धर्मांनी अहिंसा हे एक महत्त्वाचे मूल्य मानले आहे; परंतु म.गांधींनी या मूल्याला सामाजिक व राजकीय परिमाण दिले. व्यक्तिगत जीवनाप्रमाणेच सामाजिक व राजकीय जीवनात सत्यशोधनाचा, सत्य प्रस्थापित करण्याचा एकमेव मार्ग म्हणून त्यांनी अहिंसेचा पुरस्कार केला. कोणत्याही व्यक्तीस शारीरिक किंवा मानसिक इजा न पोहचवणे म्हणजे नकारात्मक अहिंसा व प्रतिपक्षावर, विरोधकांवर किंवा शत्रूवर प्रेम करणे म्हणजे भावात्मक अहिंसा असे दोन प्रकार गांधींनी सांगितले होते; कारण त्यांची अहिंसेची संकल्पना व्यापक होती. दुसऱ्याचे वाईट चिंतणे, शत्रुत्वाची भावना बाळगणे, त्यामुळेही अहिंसेच्या तत्त्वाला बाधा येते. अहिंसा म्हणजे प्रेम अशी व्यापक व्याख्या त्यांनी केली आहे. अहिंसक मार्गाचा वापर अन्याय्य शासनाविरुद्ध, देशांतर्गत दंगाधोप्याच्या व दंगलीच्या प्रसंगी परकीय आक्रमणाविरुद्ध आणि स्वतःच्या कुटुंबात, संस्थेत वा संघटनेत करणे शक्य आहे.

अहिंसेचे आवाहन म्हणजे शेवटी व्यक्तीच्या सदसद्‌विवेकबुद्धीला केलेले आवाहन आहे. आत्म्याची प्रतिष्ठा राखण्याबद्दलचा आग्रह आहे. सत्याच्या प्रस्थापनेसाठी अहिंसेशिवाय पर्याय नाही. अहिंसा हे साधन आहे तर सत्य हे साध्य आहे. त्यांच्यामध्ये फरक करणे अशक्य आहे. किंबहुना, सत्य म्हणजेच अहिंसा. गांधी म्हणत, तुम्ही जर साधनाबद्दलचा विवेक राखला तर साध्य आपोआप सिद्ध होईल पण जरी सत्य व अहिंसा या जवळ–जवळ एकाच अर्थाच्या संज्ञा असल्या तरी दोहोंपैकी एकाची निवड करण्याचा प्रसंग आला तर सत्याचीच निवड केली पाहिजे; कारण तेच सर्वोच्च आहे. दुर्बलाच्या अहिंसेचे उदात्तीकरण करण्यापेक्षा सत्याची कास धरलेली केंव्हाही श्रेयस्कर.

गांधींचे राजकारणाला व सर्वसामान्य जीवनाला योगदान म्हणजे अहिंसा. हा सत्य प्राप्त करण्याचा एक मार्ग आहे. सत्य हे साध्य आहे तर अहिंसा हे साधन आहे. गांधींच्या मते, साध्य जितके शुद्ध व चांगले तितकेच साधनही शुद्ध, चांगले असले पाहिजे. सत्यप्राप्तीसाठीचा अहिंसेचा मार्ग सत्याइतकाच चांगला आहे. अहिंसेशिवाय दुसऱ्या मार्गाने सत्य प्राप्त करू नये असे गांधीजींचे म्हणणे होते. गांधींनी अहिंसेची संकल्पना स्वीकारताना भगवद्‌गीता, जैन व बौद्ध धर्मांचा आधार घेतला. गांधींच्या मते, अहिंसा म्हणजे उदासीनता नव्हे, शरणागतीदेखील नाही तर अहिंसा म्हणजे प्रेम होय. आपल्या बोलण्याने दुसऱ्या व्यक्तीला दु:ख होणार नाही. गांधींच्या मते, द्वेष करणे, भीतीपोटी अहिंसा स्वीकारणे म्हणजे अहिंसा नव्हे. पूर्ण शक्तीनिशी अहिंसेचा स्वीकार करणे म्हणजे 'अहिंसा' होय. ज्या व्यक्तीने व्यक्तिगत पातळीवरती अहिंसा स्वीकारली आहे, त्या व्यक्तीला आत्मक्लेशाला सामोरे जावे लागते. अहिंसा स्वीकारणाऱ्या व्यक्तीचा लढा हा प्रथम स्वत:शी असतो. स्वत: दु:ख सहन करून व्यक्ती सार्वजनिक जीवनात अहिंसेचा वापर करणारी योद्धा बनते.

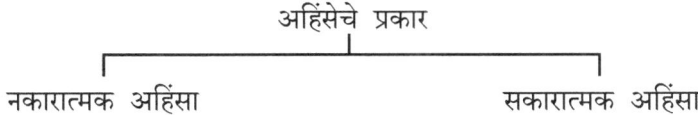

अहिंसेचे प्रकार

नकारात्मक अहिंसा | सकारात्मक अहिंसा

१) नकारात्मक अहिंसा : हा एक अहिंसेचा प्रकार गांधींनी सांगितलेला आहे. अहिंसा हे तत्त्व हिंसा करता येत नाही, म्हणून स्वीकारले जाते, त्यास नकारात्मक अहिंसा म्हणतात.

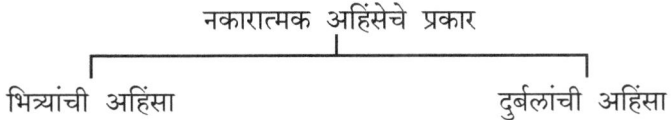

नकारात्मक अहिंसेचे प्रकार

भित्र्यांची अहिंसा | दुर्बलांची अहिंसा

१) भित्र्यांची अहिंसा : भीतीपोटी स्वीकारलेल्या अहिंसेला गांधींनी भित्र्यांची अहिंसा म्हटले आहे. जी व्यक्ती भित्री असते, ती भीतीपोटी अहिंसेचा स्वीकार करते. त्यांना संकटांना सामोरे जाता येत नाही व ती व्यक्ती पलायनवादी असते.

२) दुर्बलांची अहिंसा : हिंसेचे हिंसेने उत्तर न देता अहिंसेचा पुरस्कार केला जातो, त्यास दुर्बलाची अहिंसा म्हटले जाते. हिंसा करता येत नाही किंवा हिंसा करण्या इतपत लागणारे मनोधैर्य व्यक्तीजवळ नसते, म्हणून अशा अहिंसेचा स्वीकार केला जातो.

सकारात्मक अहिंसा

हा गांधींनी सांगितलेला अहिंसेचा प्रकार आहे. त्यालाच त्यांनी शूराची अहिंसा म्हटले आहे. शूराची अहिंसा भीतीपोटी किंवा आपण दुर्बल आहोत म्हणून स्वीकारलेली नसते. गांधींच्या मते, अहिंसा एक विधायक शक्ती व मूल्य आहे. अहिंसा स्वीकारण्यासाठी फार मोठे मनोबल लागते. आत्मक्लेश सहन करण्याची ताकद असावी लागते. या सर्व गोष्टी अंगी आहेत, म्हणून जेव्हा अहिंसेचा स्वीकार केला जातो तेव्हा ती अहिंसा शुराची विराची किंवा सकारात्मक अहिंसा असते.

गांधीजींनी नकारात्मक अहिंसेला नकार देऊन सकारात्मक अहिंसेचा पुरस्कार केला. हिंदू, जैन व बौद्ध धर्म या तिन्हींचा वापर करून गांधींनी अहिंसा तत्त्व स्वीकारले, परंतु धर्मातील अहिंसा जशीच्या-तशी न स्वीकारता त्यांनी त्याला स्वतंत्र अस्तित्व प्राप्त करून दिले. कोणत्याही प्राणिमात्राची हिंसा करायची नाही ही जैन धर्माची टोकाची अहिंसा गांधींनी नाकारली. हिंदू धर्मदेखील अहिंसेकडे गरजेप्रमाणे पाहतो या दृष्टिकोनाला गांधींनी नकार दिला. महात्मा गांधींनी काही प्रमाणात बौद्ध धर्मात सांगितलेल्या अहिंसेचा स्वीकार केलेला दिसतो. मानवाचे अस्तित्व सुरक्षित ठेवण्यासाठी गांधींना अहिंसेची गरज वाटते, म्हणजेच गांधी सबलाची अहिंसा मान्य करतात. गांधींच्या मते, मानवाचे अस्तित्व पूर्णपणे धोक्यात येते, तेव्हा हिजरतचा वापर करा; याही मार्गाचा उपयोग होत नाही, तेव्हा सरळ हिंसा करावी म्हणूनच गांधींनी १९४२ साली 'करा किंवा मरा' असा संदेश दिला. यात हिंसा ही अटळ आहे. गांधींची अहिंसेची संकल्पना एका उदाहरणाने समजून घेता येते. गांधींच्या वर्ध्याच्या आश्रमात एक माकड सर्वांवर हल्ला करत होते, तेव्हा गांधींच्या शिष्यांनी त्यांना प्रश्न केला की, या माकडाचे करायचे काय? त्यावेळी गांधी म्हणाले, या माकडाला मारून टाका, म्हणजेच हिंसा करा. यावेळी शिष्यांनी प्रतिप्रश्न केली की, 'आपण अहिंसावादी आहोत. हिंसा कशी करणार?' यावर गांधी म्हणतात की, 'स्वतःचे अस्तित्व सोडून देऊन दुसऱ्याही व्यक्तीचे अस्तित्व संपुष्टात आणणाऱ्या प्राणी व माणसाची हत्या करणे म्हणजे हिंसा नव्हे.' प्रत्येकाला जगण्याचा हक्क आहे. तो कोणी हिरावून घेऊ शकत नाही. जगण्याचा अधिकार, हिरावून घेणारी कोणतीही घटना किंवा व्यक्ती ही स्वतःच्या जीवन जगण्याच्या अधिकारापासून दूर गेलेली असेल तर तिला जगायचा अधिकार नाही हे बौद्ध धर्माचे तत्त्वज्ञान त्यांनी स्वीकारले. ही अहिंसा, संकल्पना मांडून गांधींनी नवीन राजकीय विचारांना फार मोठे योगदान दिले. भारतीय स्वातंत्र्य लढ्यात सत्य व अहिंसा या दोन तत्त्वांचा प्रत्यक्ष वापर गांधींनी केला. या संकल्पना केवळ धार्मिक नाहीत, तर सामूहिक जीवनात व व्यक्तिगत जीवनातही त्यांचा वापर करता येतो. सत्य, अहिंसा या माध्यमातून हवे ते उद्दिष्ट प्राप्त करता येते.

सत्याग्रहाचे मार्ग किंवा साधने

सत्याची प्रस्थापना करण्यासाठी व्यक्तीने किंवा समूहाने केलेली अहिंसक कृती. या कृतीत आत्मक्लेशाचा समावेश होतो. सत्याग्रह ही म. गांधींच्या तत्त्वज्ञानातील सर्वांत महत्त्वाची संकल्पना मानली जाते. प्रतिपक्षाच्या दृष्टिकोनात, धोरणात किंवा भूमिकेत आपल्याला भावलेल्या सत्याच्या प्रकाशात योग्य ते परिवर्तन घडवून आणणे हे सत्याग्रहाचे उद्दिष्ट्य असते; परंतु या सत्याच्या संकल्पनेत अंतिम सत्य व सापेक्ष सत्य असा फरक केला पाहिजे. आपल्याला समजलेले सत्य म्हणजेच अंतिम व पूर्ण सत्य आहे; असे मानण्याचे काहीच कारण नाही. आपल्या भूमिकेमध्ये बदल करण्याची आपली तयारी असली पाहिजे. कोणालाही अंतिम सत्य समजले आहे असा दावा करता येणार नाही; परंतु त्याच्या शोधात आपण राहिले पाहिजे. ते प्राप्त होईपर्यंत आपल्याला समजलेले सत्य पारखून घेतले पाहिजे. एखादे वेळी प्रतिपक्षाच्या भूमिकेमध्ये सत्य असण्याची शक्यता असते. म्हणूनच सत्याग्रही वृत्तीचा मार्ग हा नेहमी अहिंसकच असला पाहिजे. किंबहुना, अहिंसेच्या मार्गाशिवाय सत्य प्राप्त होणे अशक्य आहे. सत्य व अहिंसा एकमेकांत इतके एकरूप झालेले असतात की, सत्य त्यातून वेगळे काढताच येत नाही. सत्य हे साध्य तर अहिंसा हा सत्य प्रस्थापनेचा किंवा सत्य शोधण्याचा मार्ग किंवा साधन आहे; जर आपण अहिंसेचा मार्ग सोडला नाही तरच आपण सत्यापर्यंत पोहोचू शकतो. या अहिंसक वृत्तीत आत्मक्लेशाचा समावेश होतो. आत्मक्लेशाद्वारे सत्याग्रहाने प्रतिपक्षाचे हृदय परिवर्तन करायचे असते. आत्मक्लेशामुळे सत्याग्रहीचे जीवनही नैतिकदृष्ट्या उच्च पातळीवर जाते. कोणताही त्याग करण्याची तयारी करून सत्याग्रहीने आपली प्रतिष्ठा राखली पाहिजे. त्याने स्वत:च्या सदसद्विवेकबुद्धीस न पटणारी कोणतीही गोष्ट करू नये.

महात्मा गांधींनी सत्याग्रह ही संकल्पना राजकीय विचार म्हणून मांडली आहे. संपूर्ण गांधीवादाचा गाभा म्हणजे सत्याग्रह होय. दक्षिण-अफ्रिकेतील लढ्यापासून गांधींनी याची सुरुवात केली. भारतीय स्वातंत्र्य संग्रामामध्ये सत्याग्रहाचा वापर त्यांनी केला. सत्य प्रस्थापित करण्याचा मार्ग म्हणजे सत्याग्रह होय. आत्मक्लेशाच्या साहाय्याने अन्याय करणाऱ्याच्या हृदयात परिवर्तन करवून आणणे म्हणजे 'सत्याग्रह' होय. सत्याग्रहात प्रेम, आपुलकी यांचा समावेश होतो. आचार्य जावडेकरांच्या मते, आपल्या न्याय्य हक्कांचे संरक्षण करण्यासाठी, तसेच गेलेले हक्क परत मिळविण्यासाठी सत्याग्रह हे तत्त्व उपयोगी पडते. व्यक्तिगत जीवनातील समस्या व सार्वजनिक जीवनातील समस्या सोडवण्याचा मार्ग म्हणजे सत्याग्रह होय. सत्याग्रह हे तत्त्व अन्यायाच्या विरोधात व्यक्तिगत, कौटुंबिक, सामाजिक व राष्ट्रीय पातळीवर वापरता येते. सत्याग्रह करणाऱ्या व्यक्तीकडे फार मोठे आत्मबल असते. सत्याग्रहाने मानसिक, नैतिक व आत्मिक सामर्थ्य वाढते.

महात्मा गांधींचे साध्य आणि साधनाबाबतचे विचार

आपल्या उद्दिष्ट्यपूर्तीसाठी कोणते मार्ग स्वीकारावेत या संबंधीचा विचार भारताच्या स्वातंत्र्य लढ्याच्या काळात चर्चिला गेला. विशेषत: महात्मा गांधींच्या विचारांमुळे साध्य-साधन विचाराला महत्त्व प्राप्त झाले. साध्य आणि साधन परस्परपूरक असावेत. नुसते साध्य चांगले असणे पुरेसे नाही, साधनही 'चांगले' (शुद्ध) असावे. असा एक विचार मांडला जातो, तर चांगल्या साध्यासाठी कोणतेही साधन वापरणे उचित ठरते कारण साध्यपूर्ती महत्त्वाची असते, साधन-चिकित्सा नव्हे, असा पर्यायी विचार मांडला जातो.

महात्मा गांधींनी साधनशुचितेचा विचार मांडून असे म्हटले की, सत्य प्राप्तीसाठी अहिंसेच्या मार्गानेच गेले पाहिजे. गांधी साध्य-साधन भेद मानत नाहीत. शुद्ध साधन वापरून प्रयत्न केल्यानेच साध्य प्राप्त होते. कारण साध्य-साधण्याचे अद्वैत असते असे ते म्हणतात. याउलट, राष्ट्रीय चळवळीच्या संदर्भात स्वातंत्र्य मिळविण्यासाठी कोणताही मार्ग (हिंसादेखील) न्याय्यच ठरेल; कारण चांगले साध्य करणे पुरेसे असते. असा विचार सावरकरांनी मांडला. लोकमान्य टिळकांनीही साधनशुचितेपेक्षा कोणते साधन अधिक प्रभावी व सोयीचे ठरेल यालाच महत्त्व दिलेले आढळते.

नवीन समाज निर्माण करण्यासाठी जी साधने वापरावयाची, त्याची निवड गांधींनी अत्यंत काळजीपूर्वक केली आहे. साध्य व साधन यामध्ये परस्पर संबंध असतो. साध्य चांगले असले म्हणजे मग साधने कोणतीही असली तरी चालतात, हा फॅसिस्टांचा व कम्युनिस्टांचा विचार त्यांनी नाकारला. चांगले बी पेरले तरच त्यापासून चांगला वृक्ष तयार होतो. या नियमानुसार साध्य जितके शुद्ध तितकेच साधन देखील शुद्ध असले पाहिजे. चांगल्या, शुद्ध साधनांचा वापर करून उत्तम साध्य प्राप्त करून घेता येते. साधनांची निवड करताना विशेष काळजी घेणे हे आपले कर्तव्य आहे. अयोग्य साधने ही नैतिकदृष्ट्या योग्य नसतात, तसेच मानवी विकासातील ती सर्वात मोठा अडथळा ठरतात. हुकूमशाहीवादी नेते साध्याला महत्त्व देतात; त्यासाठी कोणतीही साधने ते वापरतात. यासाठी ते लोकांवर अन्यायदेखील करतात. यश हाच त्या साधनाच्या योग्यतेचा निकष ठरवितात. योग्यता, नैतिकता, चांगुलपणा या सर्वांना ते नकार देतात. गांधींनी ह्या गोष्टींना नकार दिला. कोणत्याही धोरणाची किंवा गोष्टीची योग्यता ठरविण्याचा निकष यश असूच शकत नाही. काही प्रकारचे यश हे तत्कालिक स्वरूपाचे असते तर काही प्रकारचे यश हे टिकाऊ स्वरूपाचे असते. गांधी म्हणतात, तत्कालिक यश हे हिंसा, शक्ती, फसवणूक, दडपशाही या मार्गांनी मिळू शकते, परंतु टिकाऊ यश हे सत्य, प्रेम, न्याय, खुला व्यवहार या योग्य व उत्तम मार्गांचा वापर करूनच मिळू शकते. सर्वांच्या जास्तीतजास्त सुखासाठी झटणे व सर्वांचे ऐक्य हे साध्य

आहे, तर त्यासाठी मानवा–मानवामध्ये भेद करतील, त्यांना एकमेकांविरुद्ध उभी करतील व नैतिकदृष्ट्या भ्रष्ट करतील. अशी कोणतीही साधने वापरण्यास गांधी नकार देतात. सत्याग्रहाच्या मार्गानेच हे ध्येय साध्य करता येईल असे गांधी म्हणतात.

सत्याग्रहाचे आधार

१) **अढळ श्रद्धा :** सत्याग्रही व्यक्तीची सत्याग्रहावरती अढळ श्रद्धा असली पाहिजे, तरच तो यशस्वी होऊ शकतो.

२) **आत्मक्लेश :** सत्याग्रही व्यक्तीची आत्मक्लेश सहन करण्याची तयारी असली पाहिजे. प्रेम व आत्मक्लेश यांच्या साहाय्याने शत्रुच्या हृदयात परिवर्तन घडवून आणता येते. क्लेशामुळे व्यक्तीचे आत्मबल वाढते.

३) **आत्मशुद्धी :** आत्म्याची पवित्रता, चारित्र्याची शुद्धता व अंतःकरणाची निर्मलता यातून साध्य होते. आत्मशुद्धीतून आत्मबल वाढते.

४) **उपवास :** गांधींच्या मते, उपवास हे आत्मशुद्धीचे साधन आहे. उप म्हणजे जवळ तर वास म्हणजे राहणे. ईश्वराच्या जवळ राहणे हा उपवासाचा अर्थ आहे. यातून मानवाचे शरीर, आत्मा, मन शुद्ध होते.

५) **निर्भयता :** सत्याग्रह करणारी व्यक्ती भेकड असता कामा नये, ती निर्भय असावी. तिच्या मनात कसल्याही प्रकारची भीती असता कामा नये. 'निर्भय बना' हा संदेश गांधींनी भारतीय स्वातंत्र्यसंग्रामात दिला.

६) **अपरिग्रह व अस्तेय :** अपरिग्रह म्हणजे भौतिक सुखाचा त्याग करणे, तर अस्तेय म्हणजे चोरी न करणे. गांधींनी या दोन तत्त्वांचा स्वीकार केला व सत्याग्रही व्यक्तीने या दोन तत्त्वांचे पालन करावे असे म्हटले.

७) **ब्रह्मचर्य :** ब्रह्मचर्येचा अर्थ कामवासनेचा प्रतिकार करून तिच्यावर विजय मिळवणे होय. सत्याग्रही व्यक्तीने या तत्त्वाचे पालन करावे.

८) **निर्धार :** निर्धाराशिवाय सत्याग्रह यशस्वीच होऊ शकत नाही. व्यक्तीचा निर्धार पक्का असला पाहिजे. दृढ निर्धार असणारी व्यक्ती हजारो लोकांवर विजय मिळवू शकते.

९) **चिकाटी :** सत्याग्रहात अनेक अडचणी येतात, त्यावर मात करून नाउमेद न होता प्रयत्न करणे आवश्यक आहे. त्रास सहन केल्यावरच सत्यप्राप्ती होते, यासाठी सत्याग्रही व्यक्तीकडे चिकाटी असली पाहिजे.

हे वरील आधार गांधींनी सांगितले आहेत. सत्यप्राप्तीसाठी वरील आधाराचे पालन व्यक्तीला करावेच लागेल. या आधाराचे पालन करणारी व्यक्ती खऱ्या अर्थाने सत्याग्रही असते.

गांधींनी सांगितलेले सत्याग्रहाचे मार्ग किंवा साधने किंवा तंत्रे

महात्मा गांधींनी सत्याग्रहाचे विविध मार्ग सांगितले आहेत. अन्यायाचा प्रतिकार अहिंसेच्या मार्गानेच झाला पाहिजे. अन्याय करणारा जेवढा जबाबदार असतो, तेवढाच जबाबदार अन्याय सहन करणाराही असतो. गांधींनी सांगितलेली सत्याग्रहाची विविध साधने किंवा मार्ग भारतीय स्वातंत्र्य संग्रामामध्ये ब्रिटिशांच्या विरोधात वापरली गेली.

महात्मा गांधींनी सांगितलेली सत्याग्रहाची साधने किंवा मार्ग किंवा तंत्रे खालीलप्रमाणे

१) असहकार : अन्याय्य शासनास सहकार्य करण्याचे थांबविणे हा सत्याग्रहाचा एक भाग पण यामध्ये सविनय कायदेभंगाचा समावेश होत नाही. असहकारात सामान्य जनता मोठ्या प्रमाणावर सामील होऊ शकते; कारण त्यात कायदेभंगामुळे होणाऱ्या शिक्षेचा प्रश्न उद्‌भवत नाही. असहकार म्हणजे गांधींच्या मते दुष्कृत्यात सहभागी होण्यास नकार देणे. परस्पर आदर व विश्वास यावर आधारलेल्या स्वयंस्फूर्त सहकार्याचा आग्रह धरणे, लादलेल्या सहकार्यास किंवा शोषणास नकार देणे. असहकार फक्त अहिंसक मार्गानेच करायचा असतो. प्रतिपक्षाचा द्वेष करणे किंवा सूड घेणे हा त्याचा हेतू नसतो. असहकारातून अराजक व अव्यवस्था निर्माण होऊ द्यायची नसते; म्हणून तो घटनात्मक मार्गच मानावा लागेल, असे गांधी म्हणत. पण त्याचवेळी त्याचा हेतू राज्य करणे कठीण व्हावे हा असतोच, कोणतेही शासन नागरिकांच्या सहकार्यावर आधारलेले असते; म्हणून नागरिकांनी सहकार्य करण्याचे एकदम व पूर्णपणे थांबविले तर शासनयंत्रणा ठप्प पडेल यात शंका नाही. न्याय्य शासनास सहकार्य करणे हे कर्तव्य आहे. त्याचप्रमाणे अन्याय्य शासनास असहकार करणे हेही कर्तव्यच आहे. मोठे संप, हरताळ, बंद, नोकऱ्यांचे राजीनामे देणे, शासनाने दिलेले मान-सन्मान, पदव्या परत करणे व प्रशासनावर बहिष्कार टाकणे यांचा समावेश असहकारात होतो.

गांधींनी असहकार हा एक सत्याग्रहाचा मार्ग सांगितला आहे. असहकार याचा अर्थ सहकार्य न करणे. गांधी म्हणतात, की राज्यकर्ते परकीय असतील, ते राज्यकारभार, अन्यायकारक करत असतील, कायदाही अन्यायकारकच तयार करत असतील तर अशा राज्यकर्त्यांच्या राज्यकारभाराला जनतेचा पाठिंबा असतो, म्हणून परकीय राज्यकर्ते राज्यकारभार करू शकतात. नागरिकांनी राज्यकारभाराला विरोध केला तर परकीय राज्यकर्ते राज्यकारभारच करू शकणार नाहीत. परकीय राज्यकर्त्यांना देशातून बाहेर घालवण्यासाठी व त्यांच्या अन्यायाला विरोध करण्यासाठी म. गांधींनी असहकाराचा मार्ग सांगितला. काँग्रेसने १९२० साली नागपूरच्या अधिवेशनात असहकाराचा ठराव मांडला होता. यातूनच असहकार चळवळ उदयाला आली.

२) **सविनय कायदेभंग :** हा एक सत्याग्रहाचा मार्ग आहे. सरकारने अन्यायकारक कायदे जनतेवर लादले असतील तर अशा कायद्यांना जनतेने विरोध करावा. अन्यायकारक कायदे जनतेने मान्य करू नयेत. शांततेच्या मार्गाने जनतेने केलेल्या कायद्यांचा भंग करावा. मिठाचा सत्याग्रह याच पद्धतीने गांधींनी केला होता. कायदेभंग केल्याबद्दल जी शिक्षा होईल ती सहन केली पाहिजे. सविनय कायदेभंगातून विरोधकांचे अंत:करण बदलवणे हा हेतू असतो.

३) **उपोषण :** गांधींच्या मते, उपोषणातून सत्याग्रही व्यक्तीची आत्मशुद्धी होते. आत्मक्लेश सहन करून उच्च नैतिक पातळी प्राप्त करता येते. स्वत: आत्मक्लेश सहन केल्याने विरोधकांच्या धोरणात बदल होतो. अन्याय नष्ट करण्यासाठी हे तत्त्व प्रभावी आहे, असे गांधी म्हणतात. १९४७ साली हिंदू-मुस्लीम दंगली निर्माण झाल्या होत्या. शांतता प्रस्थापित करण्यासाठी गांधींनी आमरण उपोषण पत्करले.

४) **बहिष्कार :** सरकारशी असहकार पुकारलेला असताना जे लोक असहकारात भाग घेत नाहीत व जे शासनाला मदत करतात, त्यांच्यावर बहिष्कार टाकावा. सामाजिक व राजकीय अशा दोन स्वरूपांचा हा बहिष्कार असतो. सामाजिक बहिष्कार व्यक्तीला वाईट कृत्यांची जाणीव करून देतो, तर राजकीय बहिष्कार सरकारशी संबंधित असतो.

५) **हिजरत :** एखाद्या अल्पसंख्याक समाजावर सतत अन्याय होत असेल तर त्या समाजाने हिंसक मार्गाने लढा देण्याऐवजी स्वेच्छेने तो भूप्रदेश सोडून दुसरीकडे जावे यास गांधी हिजरत म्हणतात. जुनागड येथे गांधींनी हे तत्त्व अवलंबले होते.

६) **करबंदी :** गांधींनी करबंदी हा एक सत्याग्रहाचा मार्ग सांगितलेला आहे. अन्यायी सरकारने लादलेले कर भरण्यास जनतेने नकार द्यावा. हा मार्ग आर्थिक क्षेत्रासाठी वापरावा. श्रीमंतांविरुद्ध या मार्गाचा वापर करता येईल. एकूणच सरकार व श्रीमंत वर्ग यांच्यामध्ये जाणीव-जागृती या माध्यमातून घडवून आणता येईल.

७) **संप :** आपल्यावरील अन्याय दूर करण्यासाठी कामगारांनी संप हे साधन वापरावे. पगारवाढीपेक्षा भांडवलदारांच्या हृदयात परिवर्तन घडवून आणणे हे संपाचे उद्दिष्ट्य असावे. अन्यायकारक भांडवलदारांविरुद्ध संपाचे हत्यार वापरावे. हा संप पूर्णपणे अहिंसक असावा.

८) **हरताल :** अन्यायकारक कृती किंवा निर्णयाचा विरोध करण्यासाठी सर्व दैनंदिन व्यवहार तात्पुरते बंद करणे म्हणजे हरताल होय. यालाच बंद पाळणे असे म्हटले जाते. सरकारी कार्यालय, शाळा, महाविद्यालय, दुकाने, व्यापारी केंद्रे, वाहतुकीची साधने इ. बंद ठेवावीत. हा हरताल उत्स्फूर्त असावा, लादलेला नसावा. आपल्या मागण्यांकडे सरकारचे लक्ष वेधून घेणे हा यातील प्रमुख हेतू असावा.

९) धरणे : समाजातील अन्यायी किंवा गैरवर्तन करणाऱ्या व्यक्तीला समाजापुढे लज्जित करणे म्हणजे धरणे होय. यामध्ये कोणत्याही प्रकारची अतिरेकी कृती असता कामा नये.

१०) निरोधन : निरोधन म्हणजे मतपरिवर्तन होय. लोकमताचा प्रभाव टाकून व्यक्ती किंवा गटाला समाजविघातक कृतीपासून दूर करणे होय. दारूबंदीसाठी गांधींनी हा मार्ग वापरला.

सारांश

सत्य प्राप्त करण्याचा मार्ग म्हणून गांधी सत्याग्रहाकडे पाहतात. सत्याग्रह करणारी व्यक्ती ही सत्याग्रहाच्या तत्त्वाशी एकनिष्ठ असली पाहिजे. आत्मशुद्धी, अपरिग्रह, निर्भयता, चिकाटी यासारखे सत्याग्रहाचे आधार गांधींनी सांगितले. तर असहकार, सविनय, कायदेभंग, बहिष्कार, संप, हिजरत यासारखे अनेक सत्याग्रहाचे मार्ग गांधींनी सांगितले. या आधारांचा व मार्गाचा वापर करून व्यक्ती-व्यक्तिगत जीवनामध्ये किंवा समाजामध्ये अन्याय दूर करू शकते. सत्याग्रहाच्या माध्यमातून देशाला परकीय सत्तेच्या नियंत्रणापासून अहिंसेच्या मार्गाने मुक्त करता येते. गांधींनी या सर्व सत्याग्रहाच्या साधनांचा वापर भारतीय स्वातंत्र्यसंग्रामामध्ये केला व भारताला अहिंसेच्या माध्यमातून स्वातंत्र्य मिळवून दिले. अशा प्रकारे सत्याग्रह म्हणजे काय? हे सांगून गांधींनी सांगितलेले सत्याग्रहाचे आधार व मार्ग सांगता येतात.

ब) रामराज्य

संपूर्ण अहिंसेवर आधारलेला शासनमुक्त आदर्श समाज. म. गांधी व विनोबा भावेंच्या अराज्यवादी विचारांप्रमाणे समाजाने गाठावयाचे अंतिम ध्येय. राजसंस्था हिंसेवर आधारलेली असते. ती व्यक्तीवर सक्ती करते. बळाच्या जोरावर वरून लादलेल्या कायद्याद्वारे व्यक्तीचा स्वायत्तता, नैतिकता, धर्मप्रवणता व आध्यात्मिक शक्ती नष्ट करते. प्रत्येकाने स्वत:च्या सदसद्‌विवेकबुद्धीच्या आज्ञेप्रमाणे म्हणजेच परमेश्वराच्या आज्ञेप्रमाणे वर्तन करावे. राजसंस्था, कायदा व बहुमताच्या आज्ञेपेक्षा सदसद्‌विवेकबुद्धीचा निर्णय अंतिम असतो; म्हणून महात्मा गांधींचा राज्यसंस्थेच्या अस्तित्वास विरोध होता. त्याऐवजी त्यांनी पूर्ण अहिंसेवर अधिष्ठित शासनमुक्त समाज आदर्श समाज मानला होता. ही अंतिम अवस्था जोवर प्रत्यक्षात अवतरत नाही तोवर संक्रमण काळात अहिंसेवर आधारलेले लोकशाही राज्य असावे. जेव्हा सर्व लोक अहिंसक बनतील तेव्हा राज्यसंस्था निश्चितपणे विलयास जाईल. रामराज्य अवतरेल; रामराज्यात प्रत्येकजण स्वत:चा शासनकर्ता असेल. कोणताही अधिकार नेता, राज्य, सत्ता यांचा नसेल. प्रत्येकजण स्वत:च्या सदसद्‌विवेकबुद्धीप्रमाणे वर्तन करेल फक्त नैतिक अधिकार

शिल्लक राहील. सर्वजण एकमेकांकडे सहकार्याच्या, प्रेमाच्या भावनेने बघतील. हिंसा, भांडणतंटा, कलह, स्पर्धा, द्वेष, अविश्वास, स्वार्थ यांचा अंत होऊन पोलिस न्यायालय, लष्कर, बळ, शस्त्र, अस्त्रे, शक्ती यांची गरजच भासणार नाही. शासनमुक्त अवस्था प्रत्यक्षात येईल. 'खेडे' हा समाज संघटनेचा घटक राहिल. प्रत्येक खेडे पूर्णपणे स्वावलंबी, स्वयंपूर्ण व स्वायत्त असेल. गरजेपुरते लहान प्रमाणावर व आधुनिक यंत्राशिवाय उत्पादन केले जाईल. म्हणजेच आर्थिक दृष्ट्याही समाज पूर्णपणे विकेंद्रीकरणाच्या तत्त्वावर आधारलेला असेल.

ब) पाश्चिमात्य संस्कृतीवरील टीका

प्रस्तावना

म. गांधी यांनी हिंद स्वराज्य या पुस्तकामध्ये पाश्चिमात्य संस्कृतीवर टीका केली आहे. पाश्चिमात्य संस्कृती जी तत्त्वे, मूल्ये, विचार व दृष्टिकोन स्वीकारते ते भौतिक पायावर आधारलेले असल्याने गांधींना ही संस्कृती अमान्य होती म्हणूनच त्यांनी पाश्चिमात्य संस्कृतीवर टीका केली आहे. पाश्चिमात्य संस्कृती ही सात दिवसांचे आश्चर्य (Seven Day Wonder) अशी टीका गांधी करतात.

पाश्चिमात्य संस्कृतीवरील टीका

पाश्चिमात्य संस्कृतीचे घटक व वैशिष्ट्ये

१) पाश्चिमात्य जीवनशैली

महात्मा गांधी यांना पाश्चिमात्य जीवनशैली अमान्य होती. जीन्स, टी-शर्ट, शूज घालणे, हवा बंद डब्यातील अन्न खाणे, इंटरनेटचा वापर, रात्री उशिरा झोपणे व सकाळी उशिरा उठणे, मांसाहार करणे, अमली पदार्थांचे सेवन करणे ही पाश्चिमात्य जीवनशैली आहे. भारतीय जीवनशैलीपेक्षा पूर्णपणे वेगळी अशी ही जीवनशैली आहे. या जीवनशैलीतून आरोग्याचे अनेक गंभीर प्रश्न निर्माण होतात. म. गांधींनी या पाश्चिमात्य जीवनशैलीवर टीका केली व भारतीय जीवनशैलीचा स्वीकार केलेला दिसतो.

२) तंत्रज्ञानाचा अतिरेकी वापर

पाश्चिमात्य संस्कृती ही तंत्रज्ञानावर विकसित झालेली संस्कृती आहे. पाश्चिमात्य जीवनच तंत्रज्ञानावर आधारलेले आहे. या संस्कृतीमध्ये तंत्रज्ञानाला अतिरेकी महत्त्व दिले गेले आहे व त्याचा अतिरेकी वापर करण्यातून माणसाचे माणूसपण हरवले आहे. माणसाला दुसऱ्या माणसाची गरजच वाटत नाही. तंत्रज्ञान

आपल्या सर्व गरजा पूर्ण करू शकतो, असे माणसाला वाटते आहे. त्यामुळे प्रेम, सहकार्य, शांतता या मूल्यांना महत्त्व राहिले नाही म्हणून म. गांधी यास विरोध करतात.

३) औद्योगिकरणाला विरोध

म.गांधींचा मोठ-मोठ्या यंत्राला, यांत्रिकीकरणाला औद्योगिकरणाला विरोध होता. औद्योगिकरणामुळे शोषण, बेकारी, गरिबी, विषमता, केंद्रीकरण यासारख्या अनेक समस्या निर्माण होतात. पाश्चिमात्य संस्कृती औद्योगिकीकरणाचा स्वीकार करते. यंत्राच्या साहाय्याने वस्तूंचे उत्पादन करण्यावर भर दिल्याने बेरोजगारी वाढते. तसेच कौशल्यपूर्ण असणाऱ्या कामगारांना औद्योगिकरणामध्ये रोजगार उपलब्ध होतो. परंतु, ज्याच्याकडे कौशल्य नाहीत त्यांना रोजगार मिळत नाही तसेच उद्योगांचे केंद्रीकरण विशिष्ट भागात झाल्याने विशिष्ट भागांचा विकास होतो व उरलेला भाग अविकसित राहतो. यातून शहरीकरण वाढीस लागते. ग्रामीण भागातून शहराकडे लोकांचे स्थलांतर सुरू होते. या स्थलांतरामुळे शहरामध्ये प्राथमिक सोयी-सुविधा उपलब्ध होत नाहीत त्यामुळे शहरे बकाल बनतात. एकीकडे प्रचंड श्रीमंती तर दुसरीकडे प्रचंड गरिबी अशी टोकाची विषमता औद्योगिकरणामुळे निर्माण होते. संपत्ती व भांडवलाचे केंद्रीकरण होत जाते. हे सर्व दोष पाश्चिमात्य संस्कृतीमध्ये आहेत कारण ती भांडवली अर्थव्यवस्थेचा स्वीकार करणारी संस्कृती आहे. म्हणून म.गांधी यांनी पाश्चिमात्य संस्कृतीवर टीका केलेली दिसते.

४) पर्यावरण प्रदूषण

पाश्चिमात्य संस्कृती औद्योगिककरण, तंत्रज्ञान यांचा स्वीकार करते. कारखान्यांमुळे हवा व पाणी दूषित होते. त्याचा परिणाम केवळ मनुष्य प्राण्याच्या जीवनावर होत नाही तर त्याचा परिणाम निसर्गातील इतर सर्व प्राणिमात्रांवर होताना दिसतो. औद्योगिकरणासाठी सर्व नैसर्गिक साधनसंपत्तीचा अतिरेकी वापर केला जातो यातून निसर्गाचे संतुलन धोक्यात येते; पर्यावरण प्रदूषण होते. याचा परिणाम सर्व सजीव सृष्टीच्या आरोग्यावर होताना दिसतो. एकूणच पर्यावरण प्रदूषण हे पाश्चिमात्य संस्कृतीच्या औद्योगिकरणातूनच निर्माण होते; म्हणून गांधीनी त्यावर टीका केली आहे.

५) लोकसंख्या नियंत्रण की विकासाचे प्रयत्न

पाश्चिमात्य संस्कृती स्वीकारलेल्या देशांपुढे महत्त्वाचा प्रश्न निर्माण झाला आहे की, लोकसंख्या नियंत्रित करण्याकडे लक्ष द्यायचे की, विकासासाठी प्रयत्न करावयाचे. यामधून विकासासाठी प्रयत्न करण्याला जास्त प्राधान्य दिल्याने प्रचंड

लोकसंख्या वाढत आहे. ही प्रचंड लोकसंख्या वाढल्याने अनेक प्रश्न निर्माण होत आहेत. विकासाला केंद्रबिंदू मानणाऱ्या पाश्चिमात्य संस्कृतीवर म. गांधी टीका करतात.

६) शासन, राष्ट्र व नागरी समाज तंत्रज्ञानावर आधारलेल्या तंत्रज्ञानाचा वापर करणे म्हणजे आधुनिक असणे होय अशी समजूत पाश्चिमात्य संस्कृतीने संपूर्ण जगाची करून दिल्याने गांधी म्हणतात की, तंत्रज्ञानाशिवाय जीवनच नाही असे प्रत्येक घटकाला वाटू लागले आहे. शासन, राष्ट्र, नागरी समाज हे घटकदेखील आज तंत्रज्ञानावर आधारलेले आहेत. माणसाशी संबंध ठेवण्यापेक्षा त्यांना तंत्रज्ञानाशी जवळीक जास्त महत्त्वाची वाटते; अशी गांधी टीका करतात.

७) बाजार व स्पर्धा

पाश्चिमात्य संस्कृती ही बाजार यंत्रणेला माध्यम देणारी संस्कृती आहे. नफा या तत्त्वावर ही संस्कृती आधारलेली आहे. नफ्यासाठी स्पर्धा केली जात आहे. यासाठी कोणत्याही साधनांचा वापर केला जात आहे. माणसापेक्षा या गोष्टींना महत्त्व दिले जात होते. पैशाने हर एक गोष्ट विकत घेता येते अशी पाश्चिमात्य संस्कृतीची समजूत आहे. एकूणच चंगळवादाला उत्तेजन देणारी संस्कृती अशी टीका गांधी करतात.

८) नैतिकतेचा व चारित्र्य निर्माणाचा अभाव

पाश्चिमात्य संस्कृती नैतिकतेला व चारित्र्याला महत्त्व देत नाही म्हणून गांधी तिच्यावर टीका करतात. कोणत्याही संस्कृतीने उत्तम चारित्र्य निर्माण करण्याबरोबरच नैतिक तत्त्वाला महत्त्व दिले पाहिजे. परंतु, पाश्चिमात्य संस्कृतीमध्ये नैतिक तत्त्वांचा अभाव आहे त्याचबरोबर चारित्र्य निर्माण करण्यावरदेखील ही संस्कृती भर देत नाही.

९) हिंसेचा स्वीकार

म. गांधी यांनी सर्व प्रकारच्या हिंसेला विरोध केलेला दिसतो. कोणतीही संस्कृती ही अहिंसक असली पाहिजे असे गांधींचे म्हणणे होते परंतु प्रत्यक्षात पाश्चिमात्य संस्कृती हिंसेचा स्वीकार करत होती म्हणून गांधींनी तिच्यावर टीका केली आहे.

१०) राजकीय व आर्थिक सत्तेचे केंद्रीकरण

पाश्चिमात्य संस्कृती राजकीय व आर्थिक सत्तेचे विकेंद्रीकरण करण्याऐवजी त्याचे केंद्रीकरण करते अशी टीका गांधी करतात. केंद्रीकरणातून हुकूमशाही निर्माण होते. समाजातील मूठभर लोकांच्या हातामध्ये राजकीय व आर्थिक सत्तेचे केंद्रीकरण

होते. यातून माणसाचा विकास होण्याची प्रक्रियाच थांबते; म्हणून गांधी पाश्चिमात्य संस्कृतीवर टीका करतात.

सारांश

पाश्चिमात्य संस्कृतीमध्ये चुकीची जीवनशैली आहे, नैतिक तत्त्वांचा अभाव आहे. भांडवलदारी अर्थव्यवस्था, यांत्रिकीकरणाला अतिरेकी महत्त्व, जीवनाच्या सर्वच क्षेत्रांवरती तंत्रज्ञानाचे प्रभुत्व, माणसाला कमी महत्त्व, केंद्रीकरण, स्पर्धा, संघर्ष, हिंसा या सर्व दोषांवरती गांधी टीका करतात. चारित्र्य निर्मिती, नैतिक ताकद, सांस्कृतिक विविधता, नागरिकांमध्ये समता, शासनाची कमीत कमी सत्ता, राजकीय व आर्थिक सत्तेचे विकेंद्रीकरण, योग्य शिक्षण, रोजगार, सामाजिक सुरक्षितता, संतुलित विकास व अहिंसा असणाऱ्या संस्कृतीचा म.गांधी यांनी स्वीकार केला होता. पाश्चिमात्य संस्कृतीमध्ये या सर्व गोष्टींचा अभाव होता. म्हणूनच म.गांधी यांनी पाश्चिमात्य संस्कृतीवर टीका केली आहे व तिला सात दिवसाचे आश्चर्य असे म्हटले आहे. अशा प्रकारे म.गांधी यांनी पाश्चिमात्य संस्कृतीवर केलेली टीका सांगता येते.

क) महात्मा गांधींचे सर्वोदयाबाबतचे विचार

प्रस्तावना

महात्मा गांधींच्या तत्त्वज्ञानातून सर्वोदय हा सिद्धान्त मांडला; सर्वांच्या कल्याणाचा सर्वोदय पुरस्कार करतो. सर्वोदयामध्ये व्यक्तीची स्वायतत्ता महत्त्वाची असते. आर्थिक व सामाजिक समतेवर आधारलेल्या शासनमुक्त समाजाचा आग्रह धरणारा सिद्धान्त म्हणजे सर्वोदय होय. विनोबा भावे व जयप्रकाश नारायण यांनी सर्वोदय सिद्धान्ताचा विकास केला. अधिकाधिकांचे अधिकाधिक सुख या तत्त्वापेक्षा सर्वोदयाचे ध्येय व्यापक आहे कारण त्यात सर्वांचा विचार केला व प्रत्येकाचे कल्याण लक्षात घेतले आहे.

१) सर्वोदयाची तत्त्वे

महात्मा गांधींनी मांडलेल्या सर्वोदय संकल्पनेची महत्त्वाची तत्त्वे खालीलप्रमाणे-

१) माणूस स्वभावत: चांगला व सद्‌गुणी : गांधींच्या मते, माणूस हा स्वभावत: चांगला व सद्‌गुणी असतो. समाज व राज्यव्यवस्थेमुळे माणसाच्या चांगुलपणावर मर्यादा येतात परंतु माणसाचे हृदयपरिवर्तन करता येऊ शकते व त्यासाठी अहिंसक मार्गाचा वापर करून सत्याचा शोध घेता येईल.

२) अहिंसा : महात्मा गांधींनी हिंसेला नकार देऊन अहिंसेचा स्वीकार केलेला दिसतो. अहिंसेच्या मार्फतच ध्येय प्राप्त करता येऊ शकते.

३) स्वयंशासन : गांधी स्वयंशासनाला महत्त्व देतात. जोपर्यंत शासन पूर्णपणे नष्ट होत नाही, राजकीय सत्ता नष्ट होत नाही तोपर्यंत कमीत-कमी हस्तक्षेप करणाऱ्या शासनास ते पाठिंबा देतात. रामराज्य प्रत्यक्षात येणारच यावर त्यांचा विश्वास होता.

४) ग्रामराज्याचा स्वीकार : सर्वोदयामध्ये विकेंद्रीकरण तत्त्वाचा स्वीकार केलेला आहे. प्रत्येक गावात सत्ता वाटली गेली पाहिजे. प्रत्येक गावात ग्रामराज्याची स्थापना करावी. गाव हे स्वायत्त, स्वावलंबी व स्वयंपूर्ण झाले पाहिजे. ग्रामोद्योगांमार्फत गरजेइतके उत्पादन केले जावे. समाजातील प्रत्येकाचा व सर्वांचा अभ्युदय व्हावा.

५) सर्व समंतीने निर्णय : गावातील निर्णय किंवा कोणत्याही पातळीवरील निर्णय हे बहुमताने न होता सर्वांच्या संमतीने निर्णय घेतले जातील, एकावन्न टक्क्यांचे एकोणपन्नास टक्क्यांवर राज्य आणणारी बहुमताची पद्धत सर्वोदयाने नाकारली.

६) समता : सर्वोदयामध्ये समतेच्या तत्त्वाला महत्त्वाचे स्थान आहे. आर्थिक व सामाजिक समता सर्वोदयामध्ये महत्त्वाची मानली आहे. त्यासाठी विश्वस्त कल्पनेच्या विचारांचा आधार घेतला आहे. भूदान, ग्रामदान हाही याचाच भाग आहे.

७) नैतिक स्वायतत्ता : सर्वोदयामध्ये नैतिक स्वायतत्ता महत्त्वाची आहे. स्वयंपूर्ण ग्रामराज्य, विकेंद्रीकरण याबरोबरच व्यक्तीची नैतिक स्वायतत्ता महत्त्वाची आहे. सर्वोदय प्रत्येकाच्या नैतिक उन्नतीचा व आत्मिक विकासाचा आग्रह धरतो.

सारांश

महात्मा गांधींनी मांडलेला सर्वोदय विचार महत्त्वाचा आहे. सर्वोदय सर्वांच्या कल्याणाचा विचार मांडते. त्यामध्ये व्यक्तीची स्वायतत्ता महत्त्वाची मानली जाते. माणसाच्या चांगुलपणावर विश्वास ठेवून अहिंसक मार्गाने ग्रामस्वराज्य, विकेंद्रीकरण, समता प्रस्थापित करता येईल. अशा प्रकारे गांधींचे सर्वोदयाबाबतचे विचार सांगता येतात.

ड) जातीय एकोपा याबाबतचे विचार

प्रस्तावना

महात्मा गांधी यांनी जातीय एकोप्याबाबत विचार मांडले आहेत. आजही गांधींचे हे विचार महत्त्वाचे आहेत. भारतामध्ये हिंदू, मुस्लीम, ख्रिश्चन, बौद्ध असे अनेक धर्म आहेत. या धर्मामध्ये सांगितलेली शिकवण किंवा मूलभूत तत्त्वे ही

सारखीच आहेत. परंतु, आपलाच धर्म सर्वश्रेष्ठ या भावनेतून एका धर्माचे लोक दुसऱ्या धर्माच्या लोकांच्या विरोधात भूमिका घेतात. यातून या दोन धर्मांमध्ये तणाव निर्माण होतो त्यातून सामाजिक शांतता, एकोपा धोक्यात येते. सामाजिक शांतता व एकोपा टिकून राहण्यासाठी या धर्मामध्ये सहकार्य, सामंजस्य असले पाहिजे. विविध धर्मांमध्ये ऐक्य, एकोपा, सामंजस्य प्रस्थापित करण्यावर महात्मा गांधींनी जाणिवपूर्वक भर दिलेला दिसतो.

गांधीचे जातीय एकोपा याबाबतचे विचार

१) धार्मिक एकतेचा अर्थ

गांधी म्हणतात की, प्रत्येक मनुष्याला जीवन जगण्यासाठी धर्माची आवश्यकता असते. आपल्या नैतिक कर्तव्याचे पालन करणे म्हणजे धर्मानुसार वर्तन करणे होय. जगाच्या नैतिक व्यवस्थेवर श्रद्धा हा धर्माचा अर्थ गांधींना अभिप्रेत होता. हिंदू, मुस्लीम, ख्रिश्चन, बौद्ध हे विविध धर्म म्हणजे एकाच ध्येयापर्यंत जाणारे विविध मार्ग आहेत. सर्वच धर्म खरे आहेत आणि प्रत्येक धर्मामध्ये चुका आहेत. याचा अर्थ गांधी सांगतात, प्रत्येक धर्मातील मूलभूत तत्त्वे एकसारखीच आहेत. परंतु, त्यामधील रूढी, प्रथा, परंपरा चुकीच्या आहेत; जर सर्व धर्म समानतेची शिकवण देत असतील तर त्याच्यामध्ये भेदाभेद असूच शकत नाही. त्यामुळे सर्व धर्मामध्ये सहजपणे ऐक्य प्रस्थापित होवू शकते. वेगवेगळ्या धार्मिक संप्रदायामध्ये संघर्ष असता कामा नये. सर्वच धर्म मानवतावादाची शिकवण देत असल्याने त्याच्यात धार्मिक एकता सहजपणे प्रस्थापित होवू शकते.

२) जग एक कुटुंब

महात्मा गांधी सांगतात की, जर सर्व धर्मामधील मूलभूत तत्त्वे एकसारखीच असतील व सर्वच धर्म मानवाच्या कल्याणासाठीच प्रयत्न करीत असतील तर राष्ट्रा-राष्ट्रांमध्ये भेदाभेद असूच शकत नाही. संपूर्ण जग एक कुटुंब बनते. त्या कुटुंबामध्ये प्रेम, सहकार्य, आपुलकी असते. कोणत्याही प्रकारचा भेदाभेद किंवा द्वेष, असूया असूच शकत नाही.

३) जातीय दंगे किंवा दंगली

दोन धर्मांमध्ये हिंसक संघर्ष असतो त्यास जातीय दंगे किंवा दंगल असे म्हटले जाते. भारतामध्ये हिंदू व मुस्लीम या दोन धर्मांमध्ये जातीय दंगली अनेक वेळा घडून आल्या आहेत. हिंदुस्थानची फाळणी झाली तेव्हा मोठ्या प्रमाणावर जातीय दंगली घडून आल्या. यातून मोठ्या प्रमाणावर हिंसा घडून आली व सामाजिक शांततादेखील

धोक्यात आली. म.गांधी यांनी अशा प्रकारच्या जातीय दंगलींना विरोध केला. कोणताही धर्म हिंसेची शिकवण देत नाही. त्यामुळे प्रत्येक धर्मातील व्यक्तीने अहिंसा तत्त्वाचे पालन करावे. हिंदू किंवा मुस्लीम धर्मातील कोणतीही व्यक्ती जातीय द्वेष, अभिमान वाढवून संघर्ष करण्यास प्रवृत्त करीत असेल तर दोन्ही धर्मातील व्यक्तींनी अशा प्रकारची कृती करण्यास नकार देवून आपल्या धर्मातील हिंसक प्रवृत्तीवर नियंत्रण मिळविले पाहिजे; कारण आपल्याच शेजाऱ्यांविरोधात संघर्ष करून आपणाला शांततेने जगता येणार नाही. शांततेने जगण्यासाठी हिंदू-मुस्लीम या दोनही धर्मातील व्यक्तींनी शांतता, अहिंसा तत्त्वाचे पालन करावे.

४) धर्माचा आदर

प्रत्येक धर्मियांनी दुसऱ्या धर्माचा आदर केला पाहिजे. कोणीही दुसऱ्या धर्माविरोधी चुकीची प्रचारयंत्रणा राबवू नये. लोकांच्या भावना भडकविणारी हिंसक विधाने करू नयेत त्याचबरोबर दुसऱ्या धर्माबद्दल खोटे किंवा चुकीची माहिती देवू नये. प्रत्येकाने प्रामाणिकपणे आपल्या धर्मानुसार आचरण करावे व दुसऱ्याला त्याच्या धर्मानुसार आचरण करण्याचे स्वातंत्र्य द्यावे. हिंदू, मुस्लीम हे धर्म शांततेची शिकवण देणारे आहेत. त्यामुळे त्यांनी ती शिकवण आत्मसात करून परस्परांच्या धर्माचा आदर केला पाहिजे असे विचार म. गांधींनी मांडलेले आहेत.

५) धर्मांतर

महात्मा गांधींचा धर्मांतराला विरोध होतास कारण त्यांच्या मते सर्व धर्म समान आहेत त्याचे उद्दिष्टदेखील समान आहे. मानवाच्या कल्याणासाठीच ते कार्य करत असतात. सर्व धर्म समान शिकवण देतात. तसेच सत्य सांगतात परंतु हे सत्य माणसामार्फत व्यक्त होत असल्याने त्यावरती बंधने येतात व सत्याचे पूर्णपणे आकलन होत नाही त्यामुळे प्रत्येक धर्मात काही दोष निर्माण होतात, त्यामुळे कोणताही धर्म श्रेष्ठ किंवा कनिष्ठ असूच शकत नाही. त्यामुळे आपल्या धर्मात दोष आहेत म्हणून तो सोडून देवून दुसऱ्या धर्माचा स्वीकार करण्यास म.गांधी नकार देतात. आपल्या धर्माचे पालन योग्य प्रकारे करणे प्रत्येकाने गरजेचे आहे. आपल्या धर्मातील तत्त्वाचा अभ्यास करून ती आत्मसात करावीत.

६) लवाद किंवा मध्यस्थता

दोन धर्मामधील वाद सोडविण्याची लवाद किंवा मध्यस्थता ही एक पद्धत आहे. ही खूप जुनी व सुसंस्कृत अशी पद्धत आहे. परस्परांमधील सहिष्णुता हा सर्व काळांसाठी व सर्व जातींसाठी उपयोगी ठरणारा घटक आहे. कायदा हातामध्ये घेऊन

कृती करण्यापेक्षा आपले वाद लवादामार्फत सोडविण्यावर भर द्यावा अशी गांधींची भूमिका होती.

७) लिपी

हिंदू-मुस्लीम यांच्यामध्ये लिपी हा घटक तणाव निर्माण करतो. हिंदू लिपी श्रेष्ठ की उर्दू लिपी श्रेष्ठ यावरून तणाव निर्माण होतो यावर उपाय म्हणून गांधी म्हणतात की, एकात्मिक पद्धतीचा स्वीकार केला तर हिंदू-मुस्लीम यांच्यामध्ये लिपीवरून संघर्ष निर्माण होणार नाही.

८) सहिष्णुता

सहिष्णुता याचा अर्थ परस्परांमधील द्वेष करून सर्वांनी एकत्रित शांततेने जीवन व्यतीत करणे होय. गांधी म्हणतात, आपण एकमेकांना समजून घेणे जेवढे गरजेचे आहे तेवढाच आपणामध्ये सेवाभाव असणे देखील गरजेचे आहे. सहिष्णुतेमुळे वेगवेगळ्या धर्मातील लोक चांगले शेजारी व मित्र म्हणून राहू शकतात. जातीय एकोपा अबाधित राखण्यामध्ये सहिष्णुतेची भूमिका महत्त्वाची आहे.

९) धर्मनिरपेक्षता

धर्मनिरपेक्षता याचा अर्थ प्रत्येक धर्माला धार्मिक स्वातंत्र्य व शासनसंस्थेचा अधिकृत असा कोणताही धर्म असणार नाही. राष्ट्रवाद ही भावना सांप्रदायिकतेच्या भावनेपेक्षा व्यापक आहे. गांधी म्हणतात, आपण प्रथम भारतीय आहोत आणि नंतर हिंदू, मुस्लीम, ख्रिश्चन आहोत. राष्ट्र हे धर्मनिरपेक्षच असेल. प्रत्येक धर्मातील व्यक्ती कायद्यासमोर समान असेल. प्रत्येक व्यक्तीला आपल्या धर्मानुसार आचार, विचार करण्याचे स्वातंत्र्य असेल. जातीय एकोप्यासाठी धर्मनिरपेक्षता अत्यंत गरजेची आहे.

१०) समान नागरिकत्व

भारतामध्ये हिंदू धर्मीय बहुसंख्याक तर इतर धर्मीय अल्पसंख्याक आहेत परंतु, प्रत्येकाला समान नागरिकत्व असले पाहिजे. अल्पसंख्याकांना हा विश्वास वाटला पाहिजे की, ते राज्याचे महत्त्वपूर्ण असे नागरिक आहेत. बहुसंख्याकांनी त्यांना न्यायाने वागविले पाहिजे. हिंदूंनी मुस्लिमांना समान नागरिक म्हणून वागविले पाहिजे. त्याची भाषा, लिपी याबाबत आदर दाखविला पाहिजे. त्याच्या समस्यांची सोडवणूक करण्याचा प्रामाणिक प्रयत्न केला गेला पाहिजे. भारतामध्ये किंवा पाकिस्तानमध्ये राहणारा जो अल्पसंख्याक आहे त्याला आपण पूर्णपणे सुरक्षित आहोत याची खात्री वाटली पाहिजे त्याचबरोबर त्याला सुख-समाधानाने जगता आले पाहिजे. हिंदू-शीख स्त्रियांनी मुस्लीम स्त्रियांबरोबर मैत्री केली पाहिजे. त्याचबरोबर त्यांना आपल्या

कार्यक्रमांमध्ये आमंत्रित केले पाहिजे. मुस्लीम मुले व मुलींनी सामान्य शाळेत येण्यासाठी प्रयत्न करणे गरजेचे आहे तसेच त्यांना खेळामध्ये सहभागी करून घेतले पाहिजे यामधून आपोआपच जातीय एकोपा निर्माण होईल.

सारांश

महात्मा गांधीना हिंदू-मुस्लीम समस्या ही भारतापुढील महत्त्वपूर्ण समस्या वाटत होती. याच्यामध्ये जातीय एकोपा निर्माण होणे गांधींना गरजेचे वाटत होते; म्हणून गांधी म्हणतात, या दोन धर्मांमधील मूलभूत तत्त्वे एकच आहेत परंतु रूढी, प्रथा, परंपरा भिन्न असल्याने दोघांमध्ये तणाव निर्माण होतो. हा तणाव परस्परांच्या धर्माचा आदर, सहिष्णुता, धर्मनिरपेक्षता या माध्यमातून कमी करता येवू शकतो. प्रेम, शांतता, सहकार्य, अहिंसा, आदर या माध्यमातून सहजपणे जातीय एकोपा प्रस्थापित होवू शकतो.

सराव प्रश्न

१) म. गांधींचे अहिंसेबाबतचे विचार.
२) म. गांधींनी सांगितलेली सत्याग्रहाची साधने किंवा तंत्रे सांगा.
३) म. गांधींचे सर्वोदयाबाबतचे विचार सांगा.
४) म. गांधींची रामराज्य कल्पना लिहा.
५) म. गांधींनी केलेली पाश्चिमात्य संस्कृतीवरील टीका लिहा.
६) जातीय एकोप्याबाबतचे म.गांधींचे विचार स्पष्ट करा.

प्रकरण ५

डॉ. बाबासाहेब आंबेडकर (१८९१–१९५६)
(Dr. B. R. Ambedkar)

अ) जातव्यवस्थेवरील टीका आणि जातव्यवस्था निर्मूलनाचे मार्ग (Critique of Caste System and Ways of Annihilating the Caste System)

ब) सामाजिक लोकशाहीचा सिद्धान्त (Theory of Social Democracy)

क) राज्य समाजवादाबाबतचे विचार (Views on State Socialism)

ड) धम्माबाबतचे विचार (Doctrine of 'Dhamma')

अल्प परिचय

डॉ. भीमराव आंबेडकर यांचा जन्म १४ एप्रिल १८९१ रोजी झाला. मृत्यू ६ डिसेंबर १९५६ रोजी झाला.

ग्रंथ

१) भाषिक राज्याविषयी विचार
२) पाकिस्तानसंबंधी विचार
३) शूद्र कोण होते?
४) द प्रॉब्लेम ऑफ रूपी

संघटना

१९५५ साली डॉ. बाबासाहेब आंबेडकर यांनी 'भारतीय बौद्ध महासभा' ही संघटना स्थापन केली.

आधुनिक भारतीय राजकीय विचारवंत, भारतीय राज्यघटनेचे शिल्पकार, अस्पृश्य जातीचे नेते. सर्व प्रकारच्या शोषणांतून दलित जाती व वर्गाची मुक्ती कशी

करता येईल, या प्रश्नाचा त्यांच्या राजकीय तत्त्वज्ञानावर प्रभाव पडलेला आहे. या दृष्टीने त्यांनी त्यांच्या तत्त्वज्ञानामध्ये, लोकशाही व राज्यसमाजवाद यांचा मेळ घालण्याचा प्रयत्न केला आहे. जातियता, गरिबी व निरक्षरता नष्ट झाल्याशिवाय लोकशाही अस्तित्वात येऊ शकत नाही. समान हितसंबंध नसतील, सामाजिक गटांना सहभागाची समान क्षेत्रे नसतील तेथे कोणताही गट अन्य गटांचे प्रतिनिधित्व करू शकत नाही. समाजव्यवस्थेच्या पायावर लोकशाही उभी असते. सामाजिक लोकशाही जोपर्यंत अस्तित्वात येत नाही तोपर्यंत लोकशाही शासनाच्या औपचारिक व वरवरच्या डोलाऱ्याला काहीच अर्थ नसतो. भारतात प्रत्येक राज्यात बहुसंख्याक जातीकडे बहुमत व सत्ता जाते व त्यामुळे अल्पसंख्याक जातीवर सक्ती केली जाते; म्हणून फक्त राजकीय लोकशाही पुरेशी नसते. त्याचबरोबरीने आर्थिक व सामाजिक समता प्रस्थापित झाली तरच संसदीय लोकशाही उपकारक ठरेल असे त्यांचे म्हणणे होते.

लोकशाही व्यवस्था जास्त अर्थपूर्ण करायची असेल व समता प्रस्थापित करायची असेल तर लोकशाहीचा राज्यसमाजवादाशी मेळ घातला पाहिजे. औद्योगिकरणाचा त्याग करण्याऐवजी त्यातून निर्माण होणारे दोष टाळले पाहिजेत. समाजरचना बदलली पाहिजे. आर्थिक शोषण थांबवायचे असेल व उत्पादन वाढवायचे असेल तर आर्थिक नियोजनाची सर्व सूत्रे शासनसंस्थेने आपल्या ताब्यात घ्यायला हवीत त्याचप्रमाणे जमिनीचे राष्ट्रीयीकरण केले पाहिजे आणि महत्त्वाचे उद्योगधंदे स्वतःच्या नियंत्रणाखाली व मालकीखाली आणले पाहिजेत; पण याचा अर्थ मालमत्तेचा हक्क पूर्णपणे नष्ट करणे नव्हे किंवा मालमत्तेचे पूर्णपणे राष्ट्रीयीकरण करणे नव्हे. राज्यसमाजवादातून औद्योगिकीकरणही होईल व विषमताही नष्ट होईल त्याचप्रमाणे हेही लक्षात ठेवले पाहिजे की, समाजवाद भारतासारख्या देशात सामाजिक समता प्रस्थापित करण्यासाठी महत्त्वाचा आहे. फक्त आर्थिक संबंधात परिवर्तन झाले म्हणजे प्रश्न मिटत नाहीत. समाजवादाने धर्म व जात या घटकांकडे दुर्लक्ष करून चालणार नाही किंबहुना भारतात हेच घटक महत्त्वाचे आहेत.

डॉ. बाबासाहेब आंबेडकर यांना घरातील वातावरणामुळे शिक्षणाची संधी मिळाली. परंतु विषम समाजरचनेमुळे त्यांना अन्याय सहन करावा लागला. या सर्व परिस्थितीवर मात करत आंबेडकरांनी उच्च शिक्षण पूर्ण केले. दलितांच्या कल्याणासाठी सरकार व समाज या दोन्ही पातळ्यांवर संघर्ष केला. आंबेडकरांवर पाश्चिमात्य राजकीय विचारांचा प्रभाव पडलेला दिसतो. सामान्यातील सामान्य माणसाला प्रतिष्ठा देणारा शासनप्रकार म्हणून आंबेडकर लोकशाहीकडे पाहतात. सार्वत्रिक मताधिकाद्वारे लोकशाहीमध्ये सत्ताबदल घडून येतो. लोकशाहीमुळेच पिढ्यान्पिढ्या सत्ता असणाऱ्या गटाकडून मागासलेल्या लोकांकडे सत्ता हस्तांतरित होऊ शकते. आंबेडकरांनी

लोकशाहीबाबतचा जो विचार मांडला, तो आदर्शवादी, तत्त्वज्ञानात्मक नव्हता, तर सभोवतालच्या सामाजिक, आर्थिक परिस्थितीवर आधारलेला मांडल्याने, तो निर्माण झालेले प्रश्न सोडविण्यासाठी उपयुक्त होता. आपल्या हक्कांचा उपभोग व्यक्तीला लोकशाहीमध्ये जास्तीतजास्त घेता येतो. याउलट; हुकूमशाही व्यक्तीचे अधिकार नाकारते, म्हणून आंबेडकर हुकूमशाहीला विरोध करतात; आणि प्रत्येकाला विकासाची समान संधी देणाऱ्या लोकशाहीचा स्वीकार करतात. लोकशाहीमध्ये बहुसंख्याकांनी अल्पसंख्याकांच्या हक्कांचे, हिताचे संरक्षण केले पाहिजे.

अ) जातव्यवस्थेवरील टीका व जातनिर्मूलनाचे मार्ग

प्रस्तावना

डॉ. बाबासाहेब आंबेडकरांनी १९१७ साली 'भारतातील जातीयंत्रणा, उद्‌गम व वाढ' हा पहिला शोधनिबंध लिहिला. या निबंधापासूनच डॉ. बाबासाहेब आंबेडकर यांनी भारतातील जातीच्या कार्याची चिकित्सा करण्यास सुरुवात केली. इतिहास काळापासून हिंदू धर्म ब्राह्मण, क्षत्रिय, वैश्य व शूद्र या चार वर्णांवर उभा आहे; हे आंबेडकरांनी लक्षात घेतले. याचे विशेष असे होते की, उच्च वर्णाच्या दर्जाचे गुण प्राप्त केले तर त्या वर्णाचा दर्जा इतर कोणत्याही वर्णातील व्यक्तीला मिळत असे. प्रत्येक वर्णाच्या जबाबदाऱ्या वेगवेगळ्या होत्या व त्यानुसारच सामाजिक विभागणी केली गेली होती व ती नैसर्गिक होती; परंतु डॉ. बाबासाहेब आंबेडकर म्हणतात, काळाच्या प्रवाहामध्ये हळूहळू या वर्णामधील व्यवहार कमी होत गेला व नंतर जात कप्पेबंद झाली. इतर वर्णापासून वेगळे राहून ब्राह्मण वर्णाने स्वत:ची स्वतंत्र जात निर्माण केली; व स्वत:च्या जातीमध्ये प्रवेश करण्यास इतरांना बंदी केली. त्यामुळे आपोआपच इतरांना दारे बंद झाली जातीमध्येच विवाह करण्याची प्रथा निर्माण करण्यात आली यातून कप्पेबंद जात व्यवस्था निर्माण झाली व ती जातपद्धतीचा कणा बनली.

१) वर्ण व्यवस्था : भारतीय समाजव्यवस्थेचा चातुर्वर्ण्य पद्धतीचा पहिला उल्लेख वैदिक वाङ्‌मयातील सर्वांत महत्त्वाचा मानल्या गेलेल्या ऋग्वेदात सापडतो. हा उल्लेख त्यांच्या १० व्या मंडलातील ९० व्या सुक्तातील ११ आणि १२ व्या ऋचेत स्पष्टपणे आढळतो. या सुक्ताला 'पुरुषसुक्त' असे नाव आहे. या ऋच्यांमध्ये परमेश्वराने जेव्हा या पुरुषाला विभागले तेव्हा त्याचे किती विभागात विभाजन केले? त्यापैकी कोणता भाग त्याच्या बाहूत होता? आणि कोणते भाग मांड्या व पाय होते? असे प्रश्न उभे करून उत्तरे दिलेली आहेत का? 'ब्राह्मण त्याचे तोंड होते क्षत्रिय त्याचे बाहु केले. वैश्यांच्या मांड्या झाल्या आणि शूद्र त्याच्या पायापासून उत्पन्न झाले. याप्रमाणे

चातुर्वर्ण्य व्यवस्थेची उत्पत्ती सांगितली. ऋग्वेदाचे हे 'पुरुषसुक्त' आंबेडकरांना अतिशय महत्त्वाचे वाटते; कारण ते इंडोआर्यन समाजाचे विश्वोत्पत्तीशास्त्र असून ते या विश्वाची उत्पत्ती करते.

२) जातव्यवस्थेचा उगम : शूद्र कोण होते? या पुस्तकात डॉ. बाबासाहेब आंबेडकर जातव्यवस्थेच्या उगमाचे स्पष्टीकरण करतात. ऋग्वेदामधील पुरुष सूक्तामध्ये जात व्यवस्थेचा उगम सांगितला आहे. विराट पुरुषाच्या अवयवांमधून जाती जन्माला आल्या. मुखापासून ब्राह्मण, हातापासून क्षत्रिय, मांड्यांपासून वैश्य व पायापासून शूद्र निर्माण झाले असे पुरुषसूक्तामध्ये सांगितले आहे. आंबेडकर म्हणतात, ऋग्वेदातील या पुरुषसूक्तामध्ये उघडपणे विषमतेचे समर्थन केले आहे. आंबेडकरांनी याला विरोध केला आहे. अस्पृश्य कोण होते? आणि ते का अस्पृश्य ठरले. याचे विश्लेषण करताना डॉ. बाबासाहेब आंबेडकर 'तुटून निघालेले लोक' अशी मांडणी करतात. टोळी युद्धामध्ये पराभूत झालेल्या टोळ्यांना परागंदा व्हावे लागले व त्या टोळ्यांच्या तुकड्या-तुकड्यांना परस्परांपासून वेगळे केले गेले. वर्षानुवर्षे परागंदा झालेल्या या लोकांनी बौद्ध धर्माचा स्वीकार केला; परंतु ब्राह्मणांच्या दडपणाखाली अनेक लोक पुन्हा हिंदू धर्मात आले. परंतु, ते बौद्ध धर्मांचे अनुयायी राहिल्याने त्यांना ब्राह्मणांच्या सुडाला सामोरे जावे लागले. या लोकांनी ब्राह्मणांचा बौद्ध धर्माचे शत्रू म्हणून द्वेष केला व ते बौद्ध धर्माशी एकनिष्ठ राहिले. याचा परिणाम म्हणून ब्राह्मणांनी त्यांना गृहप्रवेशबंदी केली. धार्मिक विधीवर बंदी घातली. त्यांना अपवित्र समजू लागले व त्याच्यावर अस्पृश्यत्व लादले. डॉ. बाबासाहेब आंबेडकर म्हणतात, या दोघांमधील शत्रूत्व वाढण्यास आणखी एक घटक कारणीभूत ठरला तो म्हणजे या दोघांच्या आहाराच्या सवयी परस्परविरोधी होत्या. ब्राह्मण गाईचे पूजन करित होते हे परागंदा लोक गोमांस खात होते; या कारणामुळेदेखील दोघांमधील दरी वाढत गेली असे डॉ. आंबेडकर म्हणतात.

'ॲनहिलिशन ऑफ कास्ट' या ग्रंथात डॉ. आंबेडकरांनी जात पिळवणुकीचे वास्तव मांडले आहे. तसेच सर्वांना समाजामध्ये समता व प्रतिष्ठा मिळण्यासाठी जातनिर्मूलनावर भर दिलेला दिसतो. जातीसंस्थेमुळे भारत कमकुवत बनत आहे असे डॉ. बाबासाहेब आंबेडकर म्हणत. जातीसंस्था अस्पृश्यांवर लादलेली आहे यातून अस्पृश्यांचा फार मोठा तोटा झाला आहे त्यातून जेवढ्या लवकर शक्य होईल तितक्या लवकर अस्पृश्यांनी जात संपविली पाहिजे. हिंदू धर्मावरचा एक कलंक म्हणून आंबेडकर जाती व्यवस्थेकडे पाहतात. जातीव्यवस्थेने समाजातील सामाजिक भावना संपुष्टात आणली आहे. सामाजिक कल्याण, सामाजिक मत या गोष्टी अशक्य झाल्या आहेत. हिंदूंचे जीवन म्हणजे त्याची जात होय. त्याची बांधिलकी दुसऱ्या कशाशीही नसून केवळ जातीशी आहे. कोणत्याही प्रकारचे प्रेम, माया, दया, उपकार हे दुसऱ्या

जातीसाठी नाही तर ते केवळ आपल्या जातीसाठीच आहे. चातुर्वर्ण्यामुळे प्रत्येकाच्या स्वतंत्र व्यक्तिमत्त्वाकडे दुर्लक्ष केले गेले व 'सब घोडे बारा टक्के' म्हणत फक्त चार वर्णातच बसविल्याने व्यक्तिगत कल्पनाच नष्ट झाल्या. जातीला दैवी पाया आहे व त्यामुळे तिला पावित्र्य व दैवत्व प्राप्त झालेले आहे.

जातनिर्मूलनाचे मार्ग

जातसंस्था व चातुर्वर्ण्य तत्त्वज्ञान यामध्ये मूलभूत दोष आहेत. हे दोष जोपर्यंत दूर केले जात नाहीत तोपर्यंत समता, स्वातंत्र्य, न्याय यावर आधारलेला समाज निर्माण होऊ शकत नाही. डॉ. बाबासाहेब आंबेडकर म्हणतात, हिंदू धर्मातील जातसंस्था मूलत: विषमतेवर आधारलेली आहे. तिच्यामध्ये बदल करण्यासाठी हिंदू समाजाच्या घटनेमध्येच बदल झाला पाहिजे. डॉ. बाबासाहेब आंबेडकर म्हणतात, उपजाती नाहिश्या करून समाज घटनेत बदल घडवून आणणे शक्य आहे.

१) सहभोजन : सर्व जातीतील लोकांनी सहभोजन केले तर जातनिमूर्लन घडून येईल. जातवार पंगत भोजनासाठी बसते त्यातून जात अधिक घट्ट होते; याउलट, सर्व जातीतील लोकांनी एकत्र बसून सहभोजन केले तर जातनिर्मूलन शक्य आहे.

२) आंतरजातीय विवाह : जात नष्ट करण्याचा एकमेव व खात्रीशीर मार्ग म्हणजे आंतरजातीय विवाह होय, असे डॉ. बाबासाहेब आंबेडकर सांगतात. जातींतर्गत विवाह करण्याच्या पद्धतीमुळे जात टिकून आहे किंवा ती अधिक घट्ट बनली आहे. डॉ. बाबासाहेब आंबेडकर म्हणतात, फक्त रक्तसंकरातूनच सग्यासोयऱ्याची भावना निर्माण होईल आणि जोपर्यंत सग्यासोयऱ्याची, नातलगांची भावना निर्माण होत नाही तोपर्यंत जात नष्ट होणार नाही. जातीने निर्माण केलेली फुटीची व शत्रूत्वाची भावना नाहीशी होणार नाही. आंतरजातीय विवाह हा जात निर्मूलनाचा सर्वांत प्रभावी मार्ग म्हणून डॉ.आंबेडकर सुचवितात.

३) धर्माचा त्याग : जातीचे संहतीकरण धर्मशास्त्राने केले. जातीचे सुसूत्रीकरण धर्मशास्त्राने केले. जातीला धर्मशास्त्राचे पाठबळ मिळून जाती घट्ट झाल्या. वेदामुळेही जाती घट्ट झाल्या. समाजातील उच्च वर्णियांनी जाती घट्ट करण्यासाठी वेदांचा आणि धर्मशास्त्राचा आधार घेतला. या पार्श्वभूमीवर आंबेडकरांनी जाती मोडण्याचा जहाल कार्यक्रम हाती घेतात. तो म्हणजे वेदशास्त्र नष्ट करून त्याचा नायनाट करा. जातसंस्था मोडीत काढण्याचा अंतिम मार्ग म्हणजे धर्माचा त्याग म्हणून आंबेडकर सांगतात. धार्मिक विचारसरणी, धर्मग्रंथ या कल्पना नाकारल्या पाहिजेत. जातीला दैवत्व प्राप्त झाल्याने तिचा स्वीकार होत आहे. जातीला हिंदू धर्मशास्त्राचा आधार आहे म्हणून

आंबेडकर म्हणतात, शास्त्रे व वेद यांचा अधिकार मोडून काढला पाहिजे. हा मार्ग त्वरित प्रत्यक्षात येणार नाही याची कल्पना आंबेडकरांना होती. ब्राह्मण ही व्यवस्था टिकवून ठेवण्याचा प्रयत्न करतील कारण यामध्ये त्याचे हितसंबंध गुंतलेले आहेत.

जात निर्मूलनाचा हा मार्ग काळजीपूर्वक हाताळला पाहिजे असे आंबेडकर म्हणतात. धर्माचा त्याग किंवा विध्वंस म्हणजे काय हे स्पष्ट करताना आंबेडकर म्हणतात, धार्मिक तत्त्वे समाजात, समतेसाठी, धर्मासाठी आवश्यक ठरतात तेव्हा जातसंस्थेचे पिळवणुकीचे नियम आपोआपच नष्ट होतात किंवा मोडून काढण्यावर भर दिला जातो. त्यामुळे हिंदुधर्माचा तात्त्विक पाया हा स्वातंत्र्य, समता, न्याय, बंधुता, लोकशाही या आदर्शांशी जुळणारा असायला हवा व त्यातूनच नवा समतावादी समाज उभा राहिला पाहिजे. आंबेडकर हिंदूंना हिंदू धर्मामध्ये परिवर्तन करण्याचा आग्रह करतात.

१) ते हिंदूंना त्यांच्या जीवनमूल्यांच्या संदर्भात हिंदू धर्म आणि नैतिकता यांची तपासणी करण्याचा आग्रह धरतात व ते मूल्यांना चिकटून राहिले तर हिंदू धर्माची घसरण होईल असे म्हणतात.
२) हिंदूंनी त्याचा सामाजिक वारसा जसाच्या तसा टिकवायचा की त्यातील उपयुक्त भाग निवडायचा हे ठरवावे लागेल.
३) त्यांनी त्यांच्या वारशातून स्फूर्ती घेऊन वर्तमान भकास व भविष्य पराधीन बनवायचे का? हा विचार करायला हवा.
४) या सृष्टीमधील कोणतीही गोष्ट चिरंतन नाही हे हिंदू केव्हा ध्यानात घेणार?

बदलत्या काळानुसार नियम, मूल्ये, तत्त्वे यामध्ये बदल झाला पाहिजे व तो करून घेतला पाहिजे हे हिंदूंनी लक्षात घेतले पाहिजे.

४) देवांचे माहात्म्य किंवा पावित्र्य झुगारून द्या : कारण देव या संकल्पनेने जातींना अभय दिल्यामुळे देवांचे अस्तित्व नाकारले हा आंबेडकरांचा अतिशय शास्त्रीय कार्यक्रम आहे.

५) जाती पुरोहितांनी किंवा ब्राह्मणांनी घट्ट केल्या : डॉ.आंबेडकरांनी पुरोहितशाहींवर हल्ला चढविला. पुरोहितशाही जातीची वकिली करीत असल्याने ती नष्ट केली पाहिजे. वंश परंपरागत पुरोहितशाही नष्ट करण्यासाठी शासनाने पुरोहित वर्ग नेमण्यासाठी स्पर्धा परीक्षा घ्यावी व त्यातून पुरोहित वर्ग निवडून त्यास सनद द्यावी. सनदेशिवाय जे कोणी धर्मकृत्य केले तर त्याला शिक्षा द्यावी. पुरोहित वर्ग सरकारी नोकर असावेत.

६) ग्रंथ प्रामाण्यावर बंदी : ग्रंथ प्रामाण्यावर कायद्याने बंदी घालावी; ग्रंथानुसार आदेश, उपदेश करणाऱ्यांना शिक्षा द्यावी.

७) जाती मोडण्याचा भौतिक कार्यक्रम : जमिनीचे उद्योगधंद्याचे फेरवाटप सत्ता, साधनाचे फेरवाटप, इ. जाती मोडण्याचे कार्यक्रम 'राज्य समाजवाद' या ग्रंथात सांगितले आहे; राष्ट्रीय उद्योगधंद्यांमध्ये सर्व जातींचा समावेश असावा.

सारांश

डॉ. बाबासाहेब आंबेडकर यांनी जातनिर्मूलन ही संकल्पना दोन कारणांसाठी मांडली १) हिंदू समाजाच्या पिळवणुकीच्या व विषमतेच्या तत्त्वावर टीका करणे. २) योग्य दिशेने योग्य पातळीवर सामाजिक, धार्मिक बदल घडवून आणण्याचे मार्ग व साधने सुचविणे. हे करताना आंबेडकरांच्या जातसंस्थेच्या मुळाशी असणाऱ्या हिंदूच्या धर्म व हिंदू समाज यांच्या बदलाच्या क्षमतेवर विश्वास असल्याचे दिसते.

डॉ. बाबासाहेब आंबेडकर यांनी जातीसंस्थेचा उगम कसा झाला. त्याचा विकास कसा झाला. शूद्रवर्ण कशा पद्धतीने उदयाला आला. हिंदू धर्मामध्ये सांगितलेली जातीसंस्थाविषयक रचना कशा पद्धतीने विषमतेवर आधारलेली आहे. त्यामध्ये शूद्रांना विषमतेची वागणूक मिळते. माणूस म्हणून त्याचा जगण्याचा हक्क जातीसंस्था नाकारते याकरिता डॉ. बाबासाहेब आंबेडकर यांनी जात निर्मूलनाचा कार्यक्रम दिलेला दिसतो– जोपर्यंत जातीसंस्था अस्तित्वात आहे तोपर्यंत शूद्रांचे शोषण होत राहणार याकरिता शूद्रांनी जातीसंस्था मोडून टाकली पाहिजे. धर्माला नकार देणे, देव व माणूस यामधील मध्यस्थ ब्राह्मण वर्ग आहे त्याला नकार देणे. देवाचे महात्म्य किंवा पावित्र्य या संकल्पनेमुळे शूद्रांचे शोषण होते त्यासाठी त्यांनी या संकल्पना नाकारल्या पाहिजेत. जाती मोडण्यासाठी जमिनीचे, उद्योगाचे, साधनांचे न्याय्य तत्त्वावर फेरवाटप होणे गरजेचे आहे. यासारखे अनेक कार्यक्रम देऊन आंबेडकरांनी जातनिर्मूलन करण्यावर भर दिला. अशाप्रकारे डॉ. बाबासाहेब आंबेडकरांचे जातसंस्था विषयक व जात निर्मूलन विषयक विचार सांगता येतात.

ब) सामाजिक लोकशाहीचा सिद्धान्त

भारतातील राजकीय विचारांमध्ये आंबेडकरांच्या सामाजिक लोकशाहीबाबतच्या विचारांना महत्त्वपूर्ण स्थान आहे. लोकशाही हे एक सामाजिक संघटन आहे. लोकशाही प्रक्रियेमध्ये समाजाचा सहभाग महत्त्वाचा आहे, कारण शासनाच्या क्षमतेपेक्षा जुलूम, जबरदस्ती, अन्याय, छळ करण्याची समाजाची क्षमता जास्त असते. राज्यसत्तेपेक्षा जास्त साधनांचा वापर करून समाज व्यक्तीवर अन्याय करतो. त्यामुळे समाजामध्ये सुधारणा, बदल घडवून आणला पाहिजे; जर समाज पारंपरिक राहिला तर राजकीय लोकशाही यशस्वी होणार नाही. मूलभूत हक्कांनादेखील समाज मान्यता मिळाली तरच कायदा, संसद, न्यायालय, राज्यघटना त्यांना खरे संरक्षण देऊ शकतो. त्यामुळे

आंबेडकर म्हणतात की, कितीही चांगल्या प्रकारचा कायदा निर्माण केला तरीसुद्धा समाजाची त्याला मान्यता नसेल तर तो प्रत्यक्ष अमलात येऊ शकत नाही. त्यामुळे समाजाची नैतिकता व विवेकबुद्धी याला आंबेडकर महत्त्वाचे स्थान देतात. भारतीय राज्यघटनेने दलितांना कायद्याचे संरक्षण दिलेले आहे, परंतु त्याला समाजमान्यता मिळणे आंबेडकरांना गरजेचे वाटते.

आंबेडकर लोकशाहीला केवळ एक शासनप्रकार म्हणून मानत नव्हते, तर तो एक समाजाचा प्रकार आहे असे मानत. लोकशाही समाज निर्माण झाल्याशिवाय लोकशाही शासन अस्तित्वात येऊ शकत नाही. लोकशाही समाजातील लोक समता मानणारे असले पाहिजेत. सर्व प्रकारच्या विषमतांना विरोध करून समता मानणारी नागरिकांची वृत्ती असली पाहिजे. ज्या समाजातील वेगवेगळ्या सामाजिक गटांचा सांस्कृतिक दृष्टिकोन वेगवेगळा असतो व आपण एकत्र राहिले पाहिजे ही जाणीव ज्या समाजामध्ये नसते त्या समाजामध्ये लोकशाहीला अनुकूल असे वातावरण निर्माण होऊ शकत नाही. ज्या समाजामध्ये अधिकारांच्या बाबतीमध्ये विषमता असते. तेथे देखील लोकशाही जीवन यशस्वी होऊ शकत नाही. आंबेडकरांच्या मते, भारतीय समाज हा विषमतेवर आधारलेला समाज आहे. विविध सामाजिक गटांचे सांस्कृतिक दृष्टिकोन भिन्न असण्याबरोबरच अधिकारांच्या बाबतीत देखील प्रचंड विषमता आहे. याशिवाय गरिबी, शिक्षणाचा अभाव, जातीय विषमता हे या समाजाचे दोष आहेत, त्यामुळे या दोषांनी युक्त असलेल्या समाजात लोकशाही यशस्वी होणे अवघड आहे. लोकशाही यशस्वी करण्यासाठी समाजातील हे दोष दूर केले गेले पाहिजेत.

भारतीय लोकशाहीपुढील सर्वांत महत्त्वाची समस्या आंबेडकरांना वाटते, ती म्हणजे बहुसंख्याकांची सत्ता. लोकशाहीच्या मार्गाने येथे बहुसंख्याकांच्या हातामध्ये सत्ता जाणार आहे. बहुमत हे समाजातील सर्व जाती-धर्मांच्या गटांच्या हितांचे प्रतिनिधित्व करू शकत नाही. समाज जात व धर्म यामध्ये विभागला गेल्याने इथल्या समाजाचे सामाईक असे हितसंबंध नाहीत. तसेच गटागटांमध्ये संवाद किंवा चर्चादेखील घडून येण्याची शक्यता नाही, म्हणून आंबेडकर म्हणतात, दलित, मागासलेल्यांना शिक्षण व विकासाची संधी दिली गेली पाहिजे. अन्याय, दारिद्र्य, असुरक्षितता, परावलंबन या गोष्टीही समाजातून नष्ट केल्या पाहिजेत.

निसर्गत:च विषमता असते, म्हणून मानवनिर्मित किंवा सामाजिक विषमता न्याय्य आहेत याला आंबेडकरांनी विरोध केला. याउलट, आंबेडकर असे म्हणतात की, माणसामाणसांमध्ये विषमता निसर्गत:च असते, म्हणूनच त्यांना समानतेची वागणूक देणे गरजेचे असते. एक व्यक्ती एक मत हे तत्त्व स्वीकारल्याने सामाजिक लोकशाही यशस्वी होईल, यावर आंबेडकरांचा विश्वास नव्हता, या तत्त्वाचे महत्त्व मान्य करून

आंबेडकर म्हणतात की, ज्या व्यक्तीला पोटभर खाण्यासाठी अन्न मिळत नाही व ज्या व्यक्तीला दररोज अन्याय सहन करावा लागतो किंवा माणुसकीचीदेखील वागणूक मिळत नाही त्या व्यक्तीला मताचे मोल काय वाटणार? समाजाकडून प्रेम, सहानुभूती मिळाली, तरच मताचा हक्क निर्णायकपणे व योग्यरीत्या वापरता येतो. या देशामध्ये लोकशाही उभी करावयाची व टिकवायची असेल, तर सामान्यातील सामान्य व्यक्तीच्या प्राथमिक गरजा भागल्या पाहिजेत, तसेच सर्व जाती-धर्मातील लोकांना समाज व्यवहारामध्ये समान दर्जा प्राप्त झाला पाहिजे.

लोकशाही प्रक्रिया ही भारतीय समाजात राबविण्यामध्ये जात हा सर्वांत मोठा अडथळा आहे, असे आंबेडकरांचे म्हणणे होते. लोकशाहीचे यश हे न्याय व खुल्या वातावरणातील निवडणूक प्रक्रियेवरती असते. भारतामध्ये निवडणूक प्रक्रियेवरती जात हा घटक प्रभाव टाकतो. बहुसंख्याक जातीचे लोक आपल्याच जातीच्या उमेदवाराला मतदान करतात, त्यामुळे त्या जातीचे उमेदवार निवडून येतात. अल्पसंख्याकांना बहुसंख्याक जातीच्या उमेदवाराला मत देणे भाग पडते. अल्पसंख्याक उमेदवाराला बहुसंख्याक जातीचे लोक मतदान करीत नाहीत त्यामुळे ते निवडून येत नाहीत. यामध्ये लोकशाहीतील राजकीय बहुमत याऐवजी जातीचे बहुमत निर्माण होऊन त्याचे वर्चस्व निर्माण होते. लोकशाहीतही निवडणूकप्रक्रिया घडते, परंतु पिढ्यान्‌पिढ्या ज्याच्याकडे सत्ता होती त्याच्याकडेच सत्ता जाते व जे पिढ्यान्‌पिढ्या सत्तेपासून वंचित होते ते सत्तेपासून वंचितच राहतात. अशी सामाजिक रचना भारतात असल्याने आंबेडकर म्हणतात, ''स्वातंत्र्यानंतर भारत एका परस्परविरोधी जीवनात प्रवेश करणार आहे. राजकीय जीवनामध्ये आपण समता स्वीकारणार आहोत, परंतु सामाजिक व आर्थिक जीवनामध्ये विषमता असणार आहे.'' त्यामुळे भारतीय लोकशाही यशस्वी होण्यासाठी आपण हा जीवनातील परस्परविरोध नष्ट केला पाहिजे. म्हणजे आपण आपला सामाजिक व्यवहार समतेच्या तत्त्वावर आधारलेला केला पाहिजे. राज्यघटनेवर विश्वास, कायदा व प्रशासकीय समता, सामाजिक व आर्थिक ध्येय प्राप्त करण्यासाठी राज्यघटनेने सांगितलेल्या मार्गाचा अवलंब, गुलामगिरीची मानसिकता, व्यक्तीपूजेला विरोध, द्विपक्ष पद्धत व प्रभावी विरोधी पक्ष या गोष्टींचा स्वीकार भारतीय समाजाने केल्यास भारतात लोकशाही यशस्वी होऊ शकेल असा विश्वास आंबेडकरांना वाटत होता.

सारांश

लोकशाही यशस्वी होण्यासाठी समाजव्यवस्था समतेवर आधारलेली, विषमतेला नकार देणारी निर्माण केली गेली पाहिजे. सामाजिक समतेवर आधारलेली सामाजिक लोकशाही भारतात राजकीय लोकशाही यशस्वी करू शकते, असे विचार डॉ. बाबासाहेब आंबेडकरांनी मांडले.

क) डॉ. आंबेडकरांचे राज्य समाजवादाच्या बाबतचे विचार

प्रस्तावना

डॉ. आंबेडकरांनी राज्य समाजवादाबाबतचे विचार 'स्टेट्स अॅण्ड मॉयनॉरिटीज' या पुस्तकात मांडले आहेत. संसदीय लोकशाही व राज्यसमाजवाद या दोन्ही संकल्पना परस्परपूरक आहेत, असे आंबेडकरांचे म्हणणे होते. आंबेडकरांनी, यंत्रे व आधुनिक सभ्यता यांच्या आधारे लोकशाही व समाजवाद अस्तित्वात येऊ शकतो असे म्हटले आहे. औद्योगिक, वैज्ञानिक संस्कृती स्वीकारणारा समाज निर्माण करण्यावर आंबेडकर भर देतात. यंत्रामुळे मानवाची अतिरिक्त श्रमापासून सुटका होते. याचा अर्थ, यंत्रामुळे मानवाचे श्रम कमी होतात, परंतु समाजव्यवस्थेमध्ये फार थोड्या लोकांना विश्रांती व अनेकांना प्रचंड शारीरिक श्रम अशी विभागणी असेल तर तेथे लोकशाही व समाजवाद या दोन्ही गोष्टी असत नाहीत.

१) महत्त्वाच्या उद्योगधंद्यावर सरकारची मालकी

आंबेडकरांच्या मते महत्त्वाच्या व पायाभूत उद्योगधंद्याची मालकी शासनाने स्वत:कडे घ्यावी, म्हणजे शोषण थांबविता येईल. महत्त्वाच्या व पायाभूत उद्योगधंद्याची मालकी शासनाने स्वत:कडे घ्यावी, म्हणजे शोषण थांबविता येईल. महत्त्वाच्या उद्योगधंद्यावर खाजगी मालकी असेल तर कामगारांचे शोषण मोठ्या प्रमाणावर होते. यावर उपाय म्हणून आंबेडकरांनी हा मार्ग सांगितला आहे, तसेच व्यवस्थित आर्थिक नियोजन व त्याची योग्य अंमलबजावणी केली, तर उत्पादन वाढेल व संपत्तीचे देखील न्याय्य वाटप करता येईल.

२) राज्यसमाजवादाची मूलभूत तत्त्वे

१) शेती व्यवसायावरती पूर्णपणे शासनाचे नियंत्रण असावे.
२) जमिनीवरतीदेखील शासनाची मालकी असावी.
३) जमीनदार, कूळ, भूमिहीन, शेतमजूर अशा प्रकारची कोणतीही वर्गवारी नसावी.
४) शासनाने सामूहिक शेतीचे प्रयोग राबवावेत.
५) शासनाच्या नियंत्रणाखाली औद्योगिकरण केले जावे.
६) विमा क्षेत्रावर संपूर्णपणे शासनाचे नियंत्रण असावे.

३) राज्यसमाजवाद संकल्पना राज्यघटनेत समाविष्ट करावी

संसदेमध्ये बहुमत असणारा पक्ष ही राज्यसमाजवादाची संकल्पना अमलात आणेल या बाबत आंबेडकर साशंक होते, म्हणून त्यांनी या राज्य समाजवाद संकल्पनेचा समावेश राज्यघटनेत करावा, म्हणजे शासन त्यामध्ये कोणताही बदल करू शकणार नाही असे मत मांडले. सत्ताधारी पक्षाच्या इच्छेवरती राज्यसमाजवादाची अंमलबजावणी न राहता ती

त्यावर बंधनकारक राहील आणि हाच व्यक्तिस्वातंत्र्य सुरक्षित ठेवण्याचा एक मार्ग आहे असे आंबेडकरांना वाटले, कारण आर्थिक परिस्थितीवरती व्यक्तिस्वातंत्र्य अवलंबून असते. आपल्या उदरनिर्वाहासाठी ज्यांना व्यक्तिस्वातंत्र्य गहाण ठेवावे लागते असे लोक लोकशाहीतील जबाबदाऱ्या पेलू शकत नाहीत. राज्यसंस्थेची मालकी असणाऱ्या उद्योगांमधून नागरिकांना रोजगार उपलब्ध करून देऊन त्याद्वारे त्यांना आपल्या हक्कांचा आग्रह धरता येईल.

४) व्यक्तिस्वातंत्र्य व समाजवाद परस्परांना पूरक

व्यक्तिस्वातंत्र्य व समाजवाद या दोन संकल्पना परस्परविरोधी नसून परस्परांना पूरक आहेत, असे आंबेडकरांचे म्हणणे होते. भांडवलशाहीच्या दोषापासून मुक्तता हा आंबेडकरांच्या राज्यसमाजवादाचा हेतू होता. त्याचबरोबर समाजवादाला सामाजिक न्यायाचा नैतिक संदर्भही महत्त्वाचा आहे. आंबेडकरांनी राज्यसमाजवादाचा पाश्चिमात्य सिद्धान्त जसाच्यातसा न स्वीकारता आपल्या परिस्थितीनुसार त्यांनी तो स्वीकारला. मालमत्तेचा हक्क नष्ट करणे, संपूर्ण आर्थिक व्यवहाराचे राष्ट्रीयीकरण, खाजगी क्षेत्राला नकार या गोष्टींना आंबेडकर राज्य समाजवादात स्थान देतात, त्यांना नाकारत नाहीत. खाजगी मालमत्ता व भांडवलशाही यांची व्यक्तिगत व सामाजिक उपयुक्तता ते मान्य करतात, मात्र त्यांचे वाईट परिणाम राज्यसत्तेने नष्ट करावेत. कामगारांचे निश्चित कामाचे तास, पुरेसे वेतन, सुरक्षितता देणारी भांडवलशाही आंबेडकर स्वीकारतात. मोठ्या प्रमाणात औद्योगिकरण घडवून आणण्याची ताकद राज्यसत्तेकडे असते; ती भांडवलदारांकडे नसते, याकरिता आंबेडकरांना राज्यसमाजवाद गरजेचा वाटतो. शांततामय व कायदेशीर मार्गाचा किंवा साधनांचा वापर करून राज्यसत्तेने सामाजिक व आर्थिक विषमता नष्ट करावी, हा आंबेडकरांच्या राज्यसमाजवादाचा हेतू होता.

५) समाजवाद प्रस्थापनेचा मार्ग

समाजामध्ये समाजवाद प्रस्थापित करण्यासाठी समाजाचे प्रबोधन करणे आंबेडकरांना गरजेचे वाटते. अहिंसा व चांगल्या शिकवणुकीच्या मार्फत समाजामध्ये सुधारणा घडवून आणण्याचा मार्ग आंबेडकर सुचवितात. केवळ आर्थिक घटक हा सत्ता मिळविण्याचा मार्ग आहे, असे समाजवादाचे म्हणणे होते, परंतु आंबेडकरांच्या मते, सामाजिक दर्जा व धर्म या माध्यमातून देखील व्यक्तीला सत्ता मिळू शकते. वर्गसंघर्षापेक्षा कायदा व घटनेच्या मार्गाद्वारे समाजवाद भारतीय समाजामध्ये प्रस्थापित होऊ शकतो यावर आंबेडकरांनी भर दिला. आंबेडकरांनी यासाठी भारतीय राज्यघटनेतील मार्गदर्शक तत्त्वांवरती भर दिला. ग्रामीण भागातील जनतेला विकासाच्या मुख्य प्रवाहात आणणे, ग्रामीण-शहरी यामध्ये विकासाचा समतोल राखणे, सहकार शेती करण्यावर भर देणे, लोकांच्या कल्याणाच्या कार्यक्रमआखणीवर भर देणे, तसेच श्रीमंत

वर्गाला त्याच्या सामाजिक जबाबदारीची जाणीव करून देणे या गोष्टी भारतात अमलात आणल्या तर समाजवाद प्रत्यक्ष अमलात येईल.

सारांश

डॉ. आंबेडकर यांनी पाश्चिमात्य समाजवाद नाकारला व भारतीय परिस्थितीला अनुकूल होईल अशा प्रकारचा समाजवादी विचार मांडला. राज्यसत्ता केंद्रित असा लोककल्याणकारी राज्यसमाजवाद आंबेडकरांना अभिप्रेत होता.

ड) डॉ. बाबासाहेब आंबेडकरांचे धम्माबाबतचे विचार

प्रस्तावना

डॉ. बाबासाहेब आंबेडकर यांनी आयुष्यभर दलित जाती व वर्गाची शोषणापासून मुक्ती कशी करता येईल यासंबंधी कार्य केले. अस्पृश्य जातींना माणूस म्हणून वागणूक मिळावी तसेच त्यांना समाजामध्ये प्रतिष्ठा प्राप्त व्हावी हाच डॉ. बाबासाहेब आंबेडकरांच्या जीवनाचा हेतू होता. हिंदू धर्म हा विषमतेवर आधारलेला आहे. हिंदू धर्म समता निर्माण करू शकत नाही. हिंदू धर्मामध्ये दलितांचे शोषण होणार त्यांना न्याय्य हक्क कधीच मिळणार नाहीत, याची जाणीव डॉ. बाबासाहेब आंबेडकर यांना झाली. दलितांचे शोषण थांबविण्यासाठी त्यांनी हिंदू धर्माचा त्याग करण्याचा महत्त्वपूर्ण निर्णय घेतला. हिंदू धर्माचा त्याग केल्यानंतर कोणत्या धर्माचा स्वीकार करावा की जो धर्म दलितांना त्याचे न्याय्य हक्क व प्रतिष्ठा प्राप्त करून देईल, यासंबंधी डॉ. बाबासाहेब आंबेडकर यांनी अभ्यास करण्यास सुरुवात केली. त्यांनी अस्तित्वात असलेल्या अनेक धर्मांचा तुलनात्मक अभ्यास करण्यास सुरुवात केली. बौद्ध धर्म हा समतेवर आधारलेला आहे व तो अस्पृश्यांना न्याय्य हक्क व प्रतिष्ठेची वागणूक देऊ शकेल यावर डॉ. बाबासाहेब आंबेडकर यांचा विश्वास होता. म्हणून डॉ. बाबासाहेब आंबेडकर यांनी १४ ऑक्टोबर १९५६ रोजी नागपूरच्या दीक्षा भूमीवर बौद्ध धर्माचा स्वीकार केला. डॉ. बाबासाहेब आंबेडकर यांनी मुस्लीम, ख्रिश्चन या धर्मांना नकार देत बौद्ध धर्माचा स्वीकार करण्याचा घेतलेला निर्णय हा घाईमध्ये घेतलेला नसून, संपूर्ण विचार करूनच अस्पृश्यांच्या हिताचा विचार करून, निर्णय घेतला आहे असे डॉ. बाबासाहेब आंबेडकरांचे म्हणणे होते.

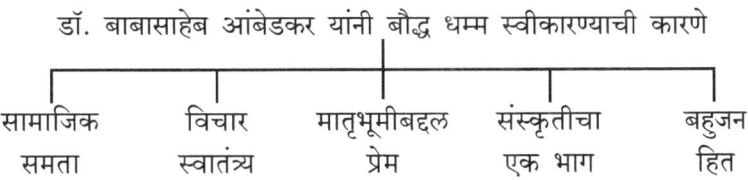

डॉ. बाबासाहेब आंबेडकर यांनी बौद्ध धम्म स्वीकारण्याची कारणे

- सामाजिक समता
- विचार स्वातंत्र्य
- मातृभूमीबद्दल प्रेम
- संस्कृतीचा एक भाग
- बहुजन हित

१) सामाजिक समता

बौद्ध धम्मामध्ये समानतेचे तत्त्व आहे. कोणीही उच्च किंवा नीच किंवा श्रेष्ठ, कनिष्ठ नाही. सर्वांना समान दर्जा व वागणूक आहे आपण सर्वजण भाऊ आहोत अशा प्रकारची शिकवण बौद्ध धम्मात असल्याने डॉ.बाबासाहेब आंबेडकर यांनी बौद्ध धम्माचा स्वीकार केला. डॉ.बाबासाहेब आंबेडकर म्हणतात, हिंदू धर्म विषमता, शोषण, पिळवणूक यांवर आधारलेला आहे. स्वातंत्र्यानंतर राज्यघटनेने जरी अस्पृश्य जातींना समता दिली तरीसुद्धा प्रत्यक्ष व्यवहारामध्ये हिंदू धर्म समता देऊ शकणार नाही. प्रत्यक्ष व्यवहारामध्ये सामाजिक समता प्रस्थापित करण्याचा मार्ग म्हणून डॉ. आंबेडकर बौद्ध धम्माकडे पाहतात.

२) विचार स्वातंत्र्य

हिंदू धर्म अस्पृश्यांना विचारस्वातंत्र्य नाकारीत होता. याउलट, बौद्ध धम्माचा पायाच विचारस्वातंत्र्य हा आहे. विचारस्वातंत्र्यामुळेच प्रत्येक व्यक्तीच्या व्यक्तिमत्त्वाचा विकास होऊ शकतो तसेच सामाजिक संघर्ष विचारस्वातंत्र्याच्या मार्गानेच सोडविता येऊ शकतात. मानवाच्या कल्याणासाठी बौद्ध धम्म योग्य व उपयुक्त आहे. बुद्धाने सांगितलेल्या मार्गाने गेलो तर अस्तित्वात असलेल्या सामाजिक प्रश्नांची सोडवणूक होऊ शकते असा डॉ. बाबासाहेब आंबेडकर यांचा विश्वास होता आणि म्हणून त्यांनी बौद्ध धम्माचा स्वीकार केला.

३) मातृभूमीबद्दल प्रेम

डॉ. बाबासाहेब आंबेडकरांचे हिंदुस्थानच्या भूमीवर प्रचंड प्रेम होते. अस्पृश्यांना त्यांचे न्याय्य हक्क मिळवून देताना मातृभूमीला धोका पोहचणार नाही याची खबरदारी त्यांनी घेतली. डॉ. बाबासाहेब आंबेडकर म्हणतात, ''मी हिंदू धर्म व हिंदुस्थान यांचा द्वेष करीत नाही, मी जर मुस्लीम धर्माचा स्वीकार केला असता तर कोट्यवधी रुपयांचा फायदा अस्पृश्यांना झाला असता; परंतु त्यामधून देशाचे ऐक्य व शांतता धोक्यात आली असती.'' याचा अर्थ डॉ. बाबासाहेब आंबेडकरांनी भविष्यकाळाचा विचार करून निर्णय घेतलेला दिसतो.

४) संस्कृतीचा एक भाग

डॉ. बाबासाहेब आंबेडकर म्हणतात की, बौद्ध धम्म हा काही भारतीय संस्कृतीपासून वेगळा असणारा असा धर्म नाही तर तो भारतीय संस्कृतीचाच एक भाग आहे. देशाच्या परंपरा व इतिहास यांच्याशी मिळता-जुळता असा बौद्ध धम्म आहे. देशाच्या संस्कृतीचाच एक भाग असलेल्या बौद्ध धम्माचा स्वीकार करून मी या देशाचे हितच साधले आहे.

५) बहुजन हित

बौद्ध धम्म स्वीकारण्यातून बहुजन समाजाचे हितच साध्य झाले आहे. हिंदू धर्मामध्ये बहुजन समाजाचे मोठ्या प्रमाणावर शोषण होत होते. बहुजनांचे हित जपले जात नव्हते; याउलट बौद्ध धम्मामध्ये बहुजनांच्या हिताची जपणूक होईल त्याबरोबरच त्यांना स्वातंत्र्य, समता, न्यायदेखील मिळणार आहे. 'जग सुखी करणे' हा बौद्ध धम्माचा मुख्य गाभा आहे. दुःखाचा नाश करण्याचा एक मार्ग म्हणून डॉ.बाबासाहेब आंबेडकर बौद्ध धम्माकडे पाहतात. बौद्ध धम्मामध्ये विषमतेला नकार असल्याने त्यामध्ये बहुजनाचे हित साधले जाणार आहे.

१) धर्म : जातीव्यवस्थेला अधिमान्यता प्राप्त करून देतो. डॉ.आंबेडकरांनी धर्म व धम्म यामध्ये फरक केला. तुम्ही भूतकाळ, भविष्यकाळ, वर्तमानकाळात कसे जगायचे याचे नियम म्हणजे 'धर्म' होय.

२) धम्म – नीतिमत्ता

१) धम्म हा मनुष्यकेंद्री आहे आणि धर्म हा माणसाबद्दल बोलतो.

२) धम्म हा सामुदायिक जाणीव आहे. समूहाबद्दल जाणीव असते.

३) बुद्ध हा मार्गदाता आहे. मोक्ष दाखविणारा नाही. मुक्तीचा मार्ग, निर्वाणाचा मार्ग दाखविणारा आहे.

४) धम्मामध्ये मध्यस्थ नाहीत आणि धम्म हा सर्वसामान्य आहे.

५) धम्म स्वतःच स्वतःचे प्रकाशमय मार्गदर्शक व्हा. स्वतःच्या उत्तराधिकाराची वाट पाहू नका.

६) धम्म हा राजसत्तेवर उभा राहिला नाही; तर वैचारिक क्षमतेवर उभा आहे.

७) धम्म हा साक्षात्कार नाही. चमत्कार, मूर्तीपूजेला विरोध करतो. आंबेडकरांच्या मते, धम्म हा शोध आहे. तो लोकांनी शोधून काढावा.

८) धम्माचा शोध इतिहासाच्या खोल नागमोडी अभ्यासातून मिळू शकतो. धम्माची निर्मिती झालेली नाही.

९) धम्म हा स्वतःची वैचारिक व परिवर्तनाची शक्ती आहे. धर्म हा साक्षात्कारी आहे.

१०) धर्मामध्ये सत्याची मुख्य संकल्पना ईश्वरकेंद्रित आहे. सत्य ईश्वराभोवती फिरत असल्यामुळे तुम्ही सत्याचा पडताळा करू शकत नाही. त्यामुळे धर्म जग काय आहे याचे वर्णन करतो. ईश्वर हेच सत्य आहे असे ते मानतात.

११) धर्मात आत्मा, पूजा-अर्चा, पोथी-पुराण, कर्मकांड आहे.

१२) धम्म हा प्रश्न निर्माण करतो आणि प्रश्नांची सोडवणूक करतो. धर्म हा प्रश्नांची सोडवणूक करत नाही.

१३) धम्म हा राज आहे; कारण धम्म लोकांचे संघटन करतो. धम्म हा प्रतिकारयुक्त आहे. धर्म हा पलायनवादी आहे.

१४) धम्मामध्ये समान पातळीवरील शोध आहे. धर्मात समान पातळीवरील शोध नाही.

१५) धम्मात बुद्धिवादाला वाव आहे, तर धर्मात श्रद्धेला महत्त्व आहे.

१६) धम्म सत्य आणि अनुभवनिष्ठ आहे म्हणून धम्म हा विज्ञाननिष्ठ आहे.

सारांश

डॉ. बाबासाहेब आंबेडकर म्हणतात, हिंदू धर्म विषमता, श्रेष्ठ-कनिष्ठ यावर आधारलेला आहे; डॉ. बाबासाहेब आंबेडकर यांनी मांडलेले धम्माबाबतचे विचार महत्त्वपूर्ण आहेत. धम्म म्हणजे नीतिमत्ता, सामुदायिक जीवन, परिवर्तनाची शक्ती असलेला, प्रश्नांची सोडवणूक करणारा, बुद्धिवादी, सत्य, अनुभवनिष्ठ व विज्ञानवादी आहे. याउलट, धर्म या सर्व गोष्टींना नकार देतो म्हणून डॉ. बाबासाहेब आंबेडकरांनी जाणिवपूर्वक धम्म हा शब्दप्रयोग वापरलेला दिसतो. तर बौद्ध धर्म समतेच्या तत्त्वावर आधारलेले आहे. बौद्ध धम्मामध्ये प्रत्येकाला स्वातंत्र्य, समता मिळणार आहे. दलित, अस्पृश्य जातींना हिंदूधर्म व हिंदूसमाज माणुसकीची देखील वागणूक देत नसल्याकारणाने आंबेडकरांनी हिंदू धर्माचा त्याग करून समान प्रतिष्ठा, समान न्याय, समान स्वातंत्र्य देणाऱ्या बौद्ध धम्माचा स्वीकार केला अशा प्रकारे डॉ.बाबासाहेब आंबेडकर यांचे बौद्ध धम्माबाबतचे विचार सांगता येतात.

———————

सराव प्रश्न

१) डॉ. बाबासाहेब आंबेडकर यांनी जातव्यवस्थेवर केलेली टीका सांगा.

२) डॉ. बाबासाहेब आंबेडकर यांनी सांगितलेले जातव्यवस्था निर्मूलनाचे मार्ग सांगा.

३) डॉ. बाबासाहेब आंबेडकर यांचा सामाजिक लोकशाहीचा सिद्धान्त स्पष्ट करा.

४) राज्यसमाजवादाबाबतचे डॉ. आंबेडकरांचे विचार लिहा.

५) डॉ. बाबासाहेब आंबेडकरांचे धम्माबाबतचे विचार सांगा.

प्रकरण ६

एम. एन. रॉय (१८९३–१९५४)
(M. N. Roy)

अ) **मार्क्सवादाचे आकलन (Understanding of Marxism)**

ब) **भारतीय राष्ट्रीय चळवळीचे आकलन व टीका (Understanding and Critique of Indian National Movement)**

क) **मूलग्राही मानवतावाद (Radical Humanism)**

अल्प परिचय

जन्म – ६ फेब्रुवारी १८९३

ठिकाण – पश्चिम बंगालमधील चोवीस परगणा जिल्ह्यातील अबीलिया गावात झाला.

मूळ नाव – नरेंद्र भट्टाचार्य

मृत्यू – २५ जानेवारी १९५४

ग्रंथ – १) इंडिया इन ट्रांझिशन
२) भारतीय समस्या आणि तिचे उत्तर
३) असाह्य योगाचे एक वर्ष
४) भारतीय राजकारणाचे भविष्य
५) नव मानवतावाद

साप्ताहिक – रॅडिकल ह्युमॅनिस्ट

संघटना – १) लीग ऑफ रॅडिकल काँग्रेस (१९३९)
२) रॅडिकल डेमॉक्रॉटिक पक्ष (१९४०)
३) इंडियन फेडरेशन ऑफ लेबर (१९४४)

पडलेला प्रभाव – १) स्वामी विवेकानंद यांच्या विचारांचा प्रभाव.
२) स्वामी रामतीर्थ व दयानंद सरस्वती यांच्या विचारांचा प्रभाव.
३) लाला लजपतराय, बाळ गंगाधर टिळक, बिपिनचंद्र पाल यांच्या विचारांचा प्रभाव.
४) मार्क्सवादी विचारांचा प्रभाव.

आधुनिक काळातील एक भारतीय विचारवंत. प्रारंभी क्रांतिकारक, राष्ट्रवादाचे नंतर मार्क्सवादाचे अनुयायी. पुढे मार्क्सवादाविषयी काही शंका निर्माण झाल्याने मार्क्सवादाचा त्याग करून ते मानवतावादाकडे वळले. त्यांनी मूलग्राही मानवतावाद ही विचारप्रणाली मांडली आणि शासन हे लोकसमित्यांवर आधारित असावे; आणि राजकारण पक्षविरहित असा विचार मांडला. भारत आधुनिक बनविण्यासाठी वैज्ञानिक, बुद्धिवादी आणि चिकित्सक दृष्टिकोनाचा प्रसार करावा असा त्यांचा आग्रह होता. उत्तर आयुष्यात मार्क्सवादाबरोबरच राष्ट्रवादाचेही विशेषत: आक्रमक आणि संकुचित राष्ट्रवादाचे ते टीकाकार बनले. पाश्चिमात्त्य मानवतावादी आणि उदारमतवादी विचारांचा त्यांच्या लेखनावर खोलवर परिणाम झालेला आढळतो.

एम. एन. रॉय यांचे मूळ नाव नरेंद्रनाथ भट्टाचार्य हे होते. त्यांच्यावर मार्क्सवादी विचारप्रणालीचा प्रचंड प्रभाव होता. त्यामुळे भारतीय स्वातंत्र्यलढ्याकडे देखील ते मार्क्सवादी दृष्टिकोनातून पाहात होते. भारतातील कामगार क्रांती करेल हा मार्क्सवादी विचार भारतात यशस्वी होणे शक्य नाही, हे लक्षात आल्यानंतर त्यांनी मार्क्सवादाची चिकित्सा केली. त्यांनी रॅडिकल लोकशाही हा भारतासाठी नवा शासनप्रकार सुचविला. त्यासाठी रॅडिकल डेमॉक्रेटिक पक्षाची स्थापना केली, तसेच रॉय यांनी भारतीय राजकीय विचारांना मूलग्राही किंवा नवमानवतावाद हा विचार मांडून मोठे योगदान दिले. भारतीय समाज व राजकारण यांचे बौद्धिक व व्यावहारिक पातळीवर धर्मनिरपेक्षीकरण करण्याचा पहिला प्रयत्न रॉय यांनी केला. रॉय यांच्या राजकीय विचारांच्या विकासाची विभागणी राष्ट्रवादी विचार, मार्क्सवादी विचार व मूलग्राही मानवतावाद अशा तीन भागांमध्ये करता येते. चळवळीमधील सक्रिय सहभाग व अनेक देशांना दिलेल्या भेटी यामधून रॉय यांचे विचार उदयाला आले होते. त्यांच्या विचारांवर आंतरराष्ट्रीय राजकारणाचा सर्वांत जास्त प्रभाव दिसतो. रॅडिकल ह्यूमॅनिझम, इंडिया इन ट्रांझिशन, दि फ्युचर ऑफ इंडियन पॉलिटिक्स यासारख्या अनेक ग्रंथांचे लेखन रॉय यांनी केले होते.

अ) मार्क्सवादाचे आकलन

प्रस्तावना

एम. एन. रॉय यांनी १९१५ ते १९३० या काळात पश्चिमेकडील विविध देशांना भेटी दिल्या. या काळात त्याचा पश्चिमी जगाशी जवळून संबंध आला. साम्यवादी विचारांशी त्याचा संबंध याकाळात आला. साम्यवादी विचारांनी एम. एन. रॉय यांना प्रभावित केले. त्यांनी साम्यवादी किंवा मार्क्सवादी विचारांचा स्वीकार केला. १९१९ साली ते मॉस्को येथे गेले असताना त्यांनी लेनिनची भेट घेतली. साम्यवादी देशांनी पारतंत्र्यात असलेल्या देशासंबंधी कोणते धोरण स्वीकारावे यावरून रॉय व लेनिन यांच्यामध्ये मतभेद झाले. त्यामुळे त्यांनी रशिया सोडला व ते चीनला गेले. चीनमध्ये साम्यवादी क्रांतीला अनुकूल वातावरण निर्माण करण्यामध्ये रॉय यांना अपयश आल्याने ते जागतिक पातळीवरील साम्यवादी जगातून बाहेर फेकले गेले. त्यामुळे मार्क्सवादाचा त्यांच्यावर असणारा प्रभाव कमी झाला. ते भारतात आल्यानंतर त्यांनी भारतातील तत्कालीन परिस्थितीचा सखोल अभ्यास करण्यास सुरुवात केली. या विचारांमधून ते मानवतावादी बनले. त्यांनी मार्क्सवादाचा तपशीलवारपणे अभ्यास केला व मार्क्सवादातील चुकीच्या बाबींवर कठोर टीका करण्यास सुरूवात केली. त्यांनी मार्क्सवादावर टीका केली असली तरी त्यातील गुणांकडे मात्र त्यांनी दुर्लक्ष केले नाही.

रॉय यांनी सुरुवातीला राष्ट्रवादी विचार स्वीकारला. रॉय यांचा मानवाच्या शक्तीवर विश्वास होता, परंतु धर्म व ईश्वर या संकल्पना भावनिकतेने न स्वीकारता विवेकाच्या आधारे स्वीकारल्या पाहिजेत, असा त्यांचा विचार होता. मानवी बुद्धीमुळेच सर्व शोषणातून मुक्ती मिळेल व ती मार्क्सवादातून साकार होईल यावर रॉय यांचा विश्वास होता. रॉय यांनी भारतीय इतिहासाचे मार्क्सवादी दृष्टिकोनातून विश्लेषण केले आहे. ब्रिटिश राजवट, राष्ट्रीय चळवळ, गांधीवाद, भांडवलदारांची भूमिका या सर्व मुद्द्यांचे मार्क्सवादी दृष्टिकोनातून रॉय यांनी विश्लेषण केले. पारतंत्र्यातील स्वातंत्र्य चळवळ लोकशाही व गरीब जनतेच्या शोषणमुक्ती या दोन पातळ्यांवर चालविली जाते या दोन्ही पातळ्यांमध्ये सहकार्य असणे रॉय यांना गरजेचे वाटते. देशातील भांडवलदार वर्ग साम्राज्यशाहीविरोधी असला तरी तो रचनात्मक कार्यास मात्र नकार देतो. शेतकरी, कामगार व छोटा भांडवलदार वर्ग यांच्या सहाय्याने भारतात क्रांती होऊ शकते. भारतातील हा क्रांतिकारी वर्ग आहे. यामध्ये कामगार वर्ग महत्त्वाचा, कारण शेतकरी वर्ग स्वत: क्रांतीची सुरुवात करू शकत नाही. क्रांती सुरू झाल्यास तो तिला पाठिंबा देतो.

काँग्रेस ही छोट्या भांडवलदार वर्गाची संघटना आहे. तिच्यावर या वर्गाचे नियंत्रण आहे. चळवळीतून नवे नेतृत्व उदयाला येईल. लोकांना फक्त राष्ट्रवादाचे आवाहन न करता त्याच्या स्थानिक वर्गशत्रूविरोधी लढा उभारण्यासाठी तयार केले पाहिजे व हा लढा पुढे साम्राज्यशाहीविरोधी लढ्याशी जोडला पाहिजे.

१) मार्क्सवादातील जडवादाचा स्वीकार

रॉय यांनी मार्क्सवादातील जडवादी विचार स्वीकारला. जडवाद हे एक तत्त्वज्ञान असून संपूर्ण जगाचे स्पष्टीकरण करण्याचा तो एक शास्त्रीय मार्ग आहे. प्रस्थापित समाजव्यवस्थेमध्ये बदल घडवून आणणारे जडवाद हे एक प्रभावी माध्यम आहे असे रॉय म्हणतात.

२) मार्क्सवाद हा मानवतावादी आहे

रॉय यांच्या मते, मार्क्सवाद हा मानवतावादी आहे. भांडवलशाही व्यवस्थेमध्ये भांडवलदार व कामगार वर्ग असे दोन वर्ग असतात. भांडवलदार वर्गाकडून कामगार वर्गाचे शोषण होते. कामगार वर्गाला भांडवलदार वर्गाकडून त्याचा श्रमाचा योग्य मोबदला दिला जात नाही. त्याची आर्थिक पिळवणूक होते. त्याचबरोबर कामगारवर्गाला सामाजिक प्रतिष्ठा नसते तसेच राजकारणामध्येदेखील त्याला स्थान नसते. एकूणच मार्क्सवाद समाजातील शोषित, गरिब असा कामगारवर्गाच्या कल्याणाबद्दल, त्याच्या शोषणाबद्दल व शोषण मुक्तीबद्दल स्पष्टीकरण देतो. त्यामुळे रॉय म्हणतात, मार्क्सवाद हा मानवतावादी आहे.

३) मार्क्सवाद स्वातंत्र्य व समतेचा पुरस्कार करणारा

रॉय म्हणतात मार्क्सवाद आर्थिक विषमता व कामगारांच्या गुलामगिरीविषयी स्पष्टीकरण करतो. भांडवलशाही गुलामगिरीविषयी स्पष्टीकरण करतो. भांडवलशाही कामगारांना स्वातंत्र्य व समता नाकारते. मार्क्स मात्र कामगारांच्या स्वातंत्र्य व समतेचा पुरस्कार करतो. कामगारांना भांडवलदारांच्या गुलामगिरीतून मुक्त करण्यासंबंधीचा विचार मांडतो. मार्क्सला क्रांतीनंतर जो नवा समाज निर्माण करावयाचा आहे तो समानतेच्या तत्त्वावर उभा करावयाचा होता.

४) मार्क्सवादाची चिकित्सा

रॉय यांनी मार्क्सवादाचा सखोल अभ्यास केला. मार्क्सवाद्यांबरोबर अनेक मुद्द्यांवरून त्यांचे मतभेद झाले. रॉय मार्क्सवादाकडे आकर्षित झाले असले, तरी आंधळेपणाने त्यांनी मार्क्सवाद स्वीकारला नाही. बुद्धीच्या निकषावर मार्क्सवादाची जी तत्त्वे त्यांना मान्य नव्हती, त्या तत्त्वाची त्यांनी परखडपणे चिकित्सा केलेली दिसते. मार्क्सवादाची तत्त्वे

जगामध्ये सगळीकडे समान पद्धतीने लागू करता येणार नाहीत. त्या त्या देशाच्या परिस्थितीप्रमाणे त्यामध्ये बदल करावा लागेल, ही जाणीव रॉय यांना झाली. रशियामध्ये जो मार्क्सवाद राबविला गेला, तो केवळ वरवरचा मार्क्सवाद आहे. मार्क्सवादाचा गाभा त्यामध्ये दिसत नाही. रॉय यांच्या मते, मार्क्सवादातील वैज्ञानिक दृष्टीऐवजी पोथीनिष्ठ मार्क्सवाद स्वीकारला जात आहे, त्यामुळे तो निष्क्रिय बनत आहे. रॉयना सजीव, सक्रिय, गतिमान व कालसापेक्ष मार्क्सवाद अभिप्रेत होता व त्याप्रमाणे त्यांनी त्याकडे पाहिले.

१) मार्क्सने मानवी इतिहासातील विचारांकडे दुर्लक्ष केले. रॉय म्हणतात की, विचार हे नेहमीच मुक्तिदायी असतात. या दृष्टीने मार्क्सवादाला मर्यादा येतात. मार्क्सने मानवी समाजाचा इतिहास भौतीकवादाच्या आधारे स्पष्ट केला आहे. मार्क्स म्हणतो, इतिहासाच्या प्रत्येक टप्प्यावर उत्पादन साधनांचा उदय होतो. त्या उत्पादन साधनांवर मालकी असणारा एक वर्ग तयार होतो व उत्पादन साधनांवर मालकी नसणारा दुसरा वर्ग तयार होतो तो म्हणजे कामगार किंवा शोषित वर्ग होय. या दोन वर्गामधील संबंध हे आर्थिक घटकांवर आधारलेले असतात असे मार्क्स म्हणतो. परंतु, कोणत्याही देशाचा इतिहास तपासला असता तो इतिहास केवळ आर्थिक कारणांमुळे घडून आलेला नसतो तर त्यासाठी अनेक कारणे कारणीभूत ठरलेली असतात. रॉय कॉर्ल मार्क्सपेक्षा वेगळ्या दृष्टिकोनातून इतिहासाकडे पाहतात. रॉय यांच्या मते, मानवी इतिहास म्हणजे मनुष्याच्या स्वातंत्र्यासाठी चाललेला संघर्ष आहे. राजकीय, आर्थिक, सामाजिक क्षेत्रातील गुलामगिरीतून मुक्त होण्यासाठी मनुष्य सतत प्रयत्न करीत असतो. म्हणजे मनुष्याचा इतिहास हा केवळ आर्थिक घटकांवरती आधारलेला नसून तो मनुष्याच्या क्रांतीचा इतिहास आहे.

   तसेच इतिहासामध्ये आर्थिक घटकाइतकेच महत्त्व वैचारिक घटकांना असते. मार्क्सने पूर्णपणे वैचारिक घटकांकडे दुर्लक्ष केलेले आहे. मानवी जीवनाला आकार देण्यामध्ये बुद्धीचे, विचारांचे फार मोठा वाटा असतो असे रॉय म्हणतात. रॉय म्हणतात, मार्क्स विचारांना, बुद्धीला महत्त्व देणाऱ्या व्यक्तींना काल्पनिक, आदर्श व अव्यवहारी व्यक्ती म्हणतो. एकूणच कोणत्याही मानवी समाजाच्या इतिहासाचा अभ्यास केल्यानंतर असे आढळते की केवळ आर्थिक घटकांमुळेच समाजव्यवस्थेमध्ये परिवर्तन होते व हेच घटक मूलभूत आहेत हे म्हणणे एकांगी ठरते. रॉय म्हणतात, आर्थिक घटकांइतकेच महत्त्व वैचारिक घटकांनादेखील असते याकडे मार्क्स पूर्णपणे दुर्लक्ष करतो.

२) मार्क्सवादातील 'वर्गसंघर्ष' हा मूलभूत विचार रॉय नाकारतात. समाजात वर्ग

असतात व त्यांचे हितसंबंध वेगवेगळे असतात. हा विचार रॉय मान्य करतात परंतु म्हणून त्यांच्यामध्ये वर्गसंघर्ष अटळ आहे हा विचार ते नाकारतात. समाजातील वर्गामध्ये संघर्षापेक्षा रॉयना समन्वय महत्त्वाचा वाटतो, त्यामुळे समाजात स्थैर्य, विकास व प्रगती घडून येते. वर्गसंघर्ष ही कल्पना मानवी स्वातंत्र्याच्या विरोधी जाणारी आहे असे रॉय यांना वाटते.

कार्ल मार्क्स वर्गसंघर्षाला मानवी जीवनाचे एक तत्त्व मानतो. परंतु रॉय म्हणतात, हे तत्त्वच चुकीचे आहे; कारण जर समाजात दोनच वर्ग अस्तित्वात असतील व त्याच्यामध्ये हितसंबंध वेगवेगळे असल्याने वर्गसंघर्ष अटळ आहे हे म्हणणे कायमस्वरूपी सत्य आहे असे म्हणता येत नाही. जर समाजामध्ये वर्गसंघर्ष टिकून राहिला असता तर समाज अस्तित्वात राहू शकला नसता. समाज नष्ट झाला असता. इतिहासकाळापासून ते आजपर्यंत समाज टिकून आहे याचा अर्थ समाजातील वर्गामध्ये वर्गसंघर्षाची भावना नसून सहकार्याची, परस्पर मदतीची, वर्गसमन्वयाची भावना असलेली दिसते. या वर्गसमन्वय भावनेमुळेच समाज एकसंघ राहिला आहे. रॉय म्हणतात की, विकास होण्यासाठी संघर्षापेक्षा सहकार्याच्या भावनेची जास्त गरज असते. संघर्षातून कोणत्याही समाजाचा विकास होत नाही याउलट विनाश अटळ असतो. म्हणून रॉय मार्क्सवादातील वर्गसंघर्षाचे तत्वज्ञान नाकारतात व वर्गसमन्वयवादी, सहकार्याच्या तत्वाचा स्वीकार करतात.

३) वरकड मूल्यांमुळे श्रमिकांचे शोषण होते, हा विचारदेखीय रॉय नाकारतात. वरकड मूल्यांमुळे मानवाची सर्वांगीण प्रगती झाली आहे, असा विचार रॉय मांडतात.

रॉय म्हणतात की, मार्क्सने जो वरकड मूल्य सिद्धान्त मांडला तो केवळ आर्थिक घटकांवर आधारलेला आहे. भांडवलदार वर्ग केवळ जास्तीचा नफा आपल्या वाट्याला यावा म्हणून कामगारवर्गाचे शोषण करतो. नफा हे वरकड मूल्य केवळ कामगारांच्या शोषणासाठी वापरले जाते हा मार्क्सचा दृष्टिकोन रॉय यांनी अमान्य केला. एका वर्गाच्या हातामध्ये संपत्ती केंद्रित होण्याला या माध्यमातून प्रयत्न होईल हे रॉय मान्य करतात. परंतु, भांडवलदार मिळणारा नफा हा कामगार वर्गाच्या कल्याणासाठीदेखील वापरतो याकडे मार्क्स दुर्लक्ष करतो. वरकड मूल्य सिद्धान्ताला सांस्कृतिक, नैतिक व आध्यात्मिक बाजूदेखील असू शकते याकडे कार्ल मार्क्सने दुर्लक्ष केलेले दिसते.

४) रॉय यांनी मार्क्सवादातील राज्यवित्तीय सिद्धान्तदेखील नाकारला. मार्क्सवादामध्ये खरे मार्क्स विचार दिसत नाहीत; कारण मार्क्स म्हणतो की, पर्यावरणाचा

मालक माणूस आहे व त्याचा विवेक सार्वभौम आहे, व 'स्वातंत्र्यावर आधारलेली समाजव्यवस्था असेल' हा मार्क्सचा विचार यामध्ये नाही. या मार्क्सवादात नैतिकता, वैचारिक स्वातंत्र्य नसल्याने तो गुलामगिरीचा विचार ठरतो. सामाजिक बदलामध्ये नैतिकता महत्त्वाची असते, याकडे मार्क्सवाद दुर्लक्ष करतो.

कार्ल मार्क्सने राज्य विलय होईल असे म्हटले आहे. याचा अर्थ राज्य शोषणावर आधारलेले असते म्हणून राष्ट्र नष्ट केले पाहिजे यास राज्य विलय होईल आणि समाज वर्ग व राज्यविरहित निर्माण होईल परंतु रॉय म्हणतात, प्रत्यक्षात हे विचार येऊ शकले नाहीत. राज्य विलय झालाच नाही याउलट राज्य अधिक शक्तीशाली बनले आहे. तसेच वर्ग नष्ट होईल असे मार्क्सने म्हटले होते परंतु प्रत्यक्षात अनेक नवे वर्ग निर्माण झालेले दिसतात.

५) मार्क्सची क्रांतीची कल्पना अमान्य - रॉय यांनी मार्क्सची क्रांतीची कल्पना अमान्य केली. कामगार वर्ग संघटितरित्या क्रांती करेल असे मार्क्सला वाटत होते. समाजातील मध्यम वर्गावर मार्क्सचा विश्वास नव्हता. मध्यमवर्ग हा धोकादायक व बेभरवशाचा असल्याने क्रांतीच्या मार्गातील तो फार मोठा अडथळा आहे असे मार्क्सचे मत होते. परंतु, रॉय म्हणतात, मार्क्सचा मध्यमवर्गाबद्दलचा दृष्टिकोन चुकीचा आहे. मध्यम वर्ग हा विचारी आणि बुद्धिमान असतो. तसेच मध्यम वर्गाकडे सुप्तशक्ती असते याकडे मार्क्सने दुर्लक्ष केले आहे असे रॉय म्हणतात.

६) कामगारवर्गाची हुकूमशाही - कार्ल मार्क्स म्हणतो, क्रांतीनंतर समाजामध्ये कामगारवर्गाची हुकूमशाही निर्माण होईल रॉय हे स्वातंत्र्यवादी असल्याने कोणत्याही प्रकारच्या हुकूमशाहीला ते विरोध करित होते. मार्क्सवादामध्ये जी साम्यवादी पक्षाची हुकूमशाही मांडली होती त्यास रॉय यांचा विरोध होता. भांडवलशाहीच्या शोषणातून मुक्त झालेला कामगारवर्ग पुन्हा कामगारवर्गाच्या हुकूमशाहीमध्ये पुन्हा गुलाम बनेल याअर्थी रॉय मार्क्सवादातील कामगारवार्गाच्या हुकूमशाहीवर टीका करतात.

७) मार्क्सची भाकीत अयशस्वी - मार्क्सने असे म्हटले होते की, भविष्यकाळात इंग्लंड, अमेरिका या भांडवलशाहीप्रधान देशामध्ये वर्गसंघर्ष घडून येईल. तेथील भांडवलशाही नष्ट होईल. मार्क्स म्हणत असे की, जगातील कामगारांचे शोषण होत असल्यामुळे हा सर्व कामगार वर्ग संघटित होईल परंतु असे झाले नाही. तसेच औद्यागिकदृष्ट्या मागास किंवा अप्रगत असलेल्या देशात मार्क्सवादाचा प्रयोग राबविण्यात आला.

३) भारतीय समाजाच्या मुक्तीच्या दृष्टीने मार्क्सवादाची उपयुक्तता

रॉय म्हणतात, भारतीय समाजाला शोषणापासून मुक्ती मिळविण्यासाठीचे तत्त्वज्ञान मार्क्सवादामध्ये आहे. भारताच्या संदर्भात रॉय म्हणतात गुलामगिरीचे स्वरूप दुहेरी होते. संपूर्ण भारतीय समाजावर ब्रिटिशांची गुलामगिरी होती. तर शेतकरी, कामगार हे जमीनदारांच्या व भांडवलदारांच्या गुलामगिरीत होते. शेतकरी, कामगार या वर्गाला दोन्ही प्रकारच्या गुलामगिरीतून मुक्त व्हायचे असेल तर त्यांनी मार्क्स म्हणतो त्याप्रमाणे क्रांती केली पाहिजे. भारतात जर कामगार व शेतकरी वर्ग एकत्र आले तर ते क्रांती करू शकतात. परंतु भारतात शेतकरी वर्ग संघटित नाही. तो संपूर्ण देशभर विखुरलेला असल्याने भारतीय स्वातंत्र्य चळवळीचे नेतृत्व शेतकरी वर्ग करू शकत नाही. याउलट, कामगार वर्ग हा संघटित असल्याने तो स्वातंत्र्य चळवळीचे नेतृत्व करू शकतो व त्यासाठी शेतकरी वर्गाचा पाठिंबा मिळवू शकतो.

सारांश

रॉय सुरुवातीला मार्क्सवादाकडे आकर्षित झाले, परंतु मार्क्सवाद जी तत्त्वे स्वीकारतो ती बुद्धिच्या निकषांवर तपासली असता, त्यामध्ये अनेक दोष दिसतात, म्हणून रॉय मार्क्सवादातील चुकीच्या बाबींवर टीका करतात व मूलग्राही मानवतावादाचा स्वीकार करताना दिसतात.

ब) भारतीय राष्ट्रीय चळवळीचे आकलन व टीका

प्रस्तावना

एम. एन. रॉय हे विचारवंत प्रखर राष्ट्रवादी विचारांचे विचारवंत होते. व्यक्तीचे स्वातंत्र्य व प्रतिष्ठा या घटकांना त्यांनी महत्त्वाचे स्थान दिले. एम. एन. रॉय यांच्या काळात भारतामध्ये महात्मा गांधी यांच्या नेतृत्वाखाली भारतीय राष्ट्रीय चळवळ सुरू झाली होती तिची व्याप्ती सामान्य लोकांपर्यंत पोहचली होती. गांधींच्या विचारांवर आधारित भारताला स्वातंत्र्य मिळविण्यासाठी संपूर्ण देशभर प्रयत्न सुरू होते. याचवेळी रशियामध्ये साम्यवादी क्रांती झाली. रॉय या क्रांतीकडे वळाले. साम्यवादाचे त्यांना आकर्षण वाटत होते. परंतु साम्यवादी विचारांबाबतही ते सांशक होते. गांधीवाद व साम्यवाद या दोन्ही विचारप्रणाली परिपूर्ण नाहीत अशी रॉय यांची भूमिका होती. रॉय यांनी महात्मा गांधींच्यानेतृत्वाखाली भारतीय राष्ट्रीय चळवळीवर टीका केलेली दिसते कारण गांधीवादाच्या मार्गाने आपणाला स्वातंत्र्य मिळेल याबाबत रॉय साशंक होते.

अ) भारतीय राष्ट्रीय चळवळीचे आकलन

महात्मा गांधींचे राष्ट्रीय चळवळीला योगदान

भारताला स्वातंत्र्य मिळवून देण्यासाठी राष्ट्रीय चळवळ काँग्रेसच्या माध्यमातून सुरू झाली. काँग्रेसचे नेतृत्व महात्मा गांधींकडे होते. त्यामुळे साहजिकच भारताला स्वातंत्र्य मिळवून देण्यासाठी राष्ट्रीय चळवळीचे नेतृत्व महात्मा गांधींकडे आले. रॉय यांना म.गांधींचे विचार पटत नव्हते. रॉय हे गांधीवादाचे विरोधक होते. त्यामुळे गांधींच्या नेतृत्वाखाली चाललेली राष्ट्रीय चळवळ त्यांना मान्य नव्हती. असे असले तरी सुद्धा भारतीय राष्ट्रीय चळवळीला महात्मा गांधींचे फार मोठे योगदान आहे हे रॉय मान्य करीत होते.

रॉय यांच्या मते, गांधींमुळे राष्ट्रीय चळवळीचे स्वरूप बदलले. राष्ट्रीय चळवळ ही सामान्य माणसापर्यंत पोहचली. गांधींनी राष्ट्रीय स्वरूपाच्या मागण्या मान्य करून घेण्यासाठी जनआंदोलनाचा मार्ग स्वीकारला. गांधींनी राष्ट्रीय काँग्रेसला देशाची संघटना बनविली. ब्रिटिश शासनाच्या जुलमशाहीविरुद्ध अहिंसेच्या मार्गाने लढा देवून जनतेच्या मनामध्ये राष्ट्रभक्तीची भावना जागृत केली. असहकार, सविनय कायदेभंग यासारख्या मार्गांचा वापर स्वातंत्र्य चळवळीसाठी केला. हे म.गांधींचे राष्ट्रीय चळवळीला योगदान आहे असे रॉय सांगतात. याचा अर्थ रॉय यांना हे मान्य होते की, लोकांच्या मनामध्ये राष्ट्रवादाची, राष्ट्रभक्तीची भावना, ब्रिटिश शासनाबद्दल परकीय असल्याची भावना राष्ट्रीय चळवळीमुळे निर्माण झाली. म.गांधीनी सामान्य लोकांना राष्ट्रीय चळवळीमध्ये सामील करून घेतले. अहिंसेच्या मार्गाने भारतीय राष्ट्रीय चळवळ काम करीत होती.

ब) टीका

रॉय यांनी म.गांधींच्या नेतृत्वाखाली जी राष्ट्रीय चळवळ सुरू होती. त्यामध्ये काही समस्या किंवा उणिवा आहेत असे म्हटले व त्यावरती टीका केली. ती टीका खालीलप्रमाणे-

१) जनतेचा पाठिंबा मिळवून देणारा कोणताही आर्थिक कार्यक्रम राष्ट्रीय चळवळीमध्ये नाही अशी टीका रॉय यांनी केली आहे.

२) समाजातील विविध वर्गांना, हितसंबंधाना एकाच संघटनेत सामील केले आहे. याचा अर्थ जमीनदार, भांडवलदार, शेतकरी, कामगार अशा विविध वर्गांना काँग्रेस या संघटनेमध्ये सामील करून घेण्याचा केलेला प्रयत्न चुकीचा आहे. अशी टीका रॉय करतात.

३) राजकारणाचे अध्यात्मिकीकरण करणे ही सर्वांत मोठी चूक आहे अशी टीका रॉय करतात.

४) रॉय स्वतः मार्क्सवादी म्हणजेच भौतिकवादी विचारांचा स्वीकार करणारे असल्याने राष्ट्रीय चळवळीबद्दल स्वीकारलेला आध्यात्मिक दृष्टिकोन रॉय यांना मान्य नव्हता. त्यांनी यावरती टीका केली आहे.

५) म.गांधींच्या नेतृत्वाखाली चाललेल्या राष्ट्रीय चळवळीमध्ये गांधींचे विचार लोक स्वीकारतात हा लोकांचा सांस्कृतिक मागासलेपणा आहे अशी टीका रॉय करतात.

६) राष्ट्रीय चळवळीचा मार्ग म्हणून जर लोकांनी अहिंसा स्वीकारली तर ब्रिटिश शासनाला त्यांचा फायदाच होईल.

७) भारतीय राष्ट्रीय चळवळ ही प्रस्थापितांचे व वरिष्ठ वर्गाचे स्थान बळकट करणारी होती अशी टीका रॉय यांनी केली आहे.

सारांश

भारताला स्वातंत्र्य मिळवून देण्यासाठी राष्ट्रीय चळवळ आवश्यक आहे. परंतु स्वातंत्र्य मिळविण्यासाठी राष्ट्रीय चळवळीने अहिंसेचा स्वीकारलेला मार्ग त्यांना मान्य नव्हता. तसेच काँग्रेस समाजातील सर्व वर्गांचे प्रतिनिधित्व करण्याचा दावा करीत होती, तोही त्यांना अमान्य होता. अशा प्रकारे रॉय यांचे राष्ट्रीय चळवळीचे आकलन व त्यावरील टीका सांगता येते.

क) मूलग्राही मानवतावाद

प्रस्तावना

मूलग्राही मानवतावाद हा मानवेन्द्रनाथ रॉय यांनी मांडलेला विचार आहे. युरोपिय परंपरेतील मानवतावादी विचारांची रॉय यांनी विसाव्या शतकात झालेल्या भौतिक, वैज्ञानिक आणि वैचारिक प्रगतीच्या संदर्भात मांडणी केली असून मानव हा सर्व घडामोडींच्या केंद्रस्थानी आहे हे मानवतावादाचे मूलभूत सूत्र मूलग्राही मानवतावादामध्येही आढळते. मूलग्राही मानवतावादात बुद्धिवाद, विवेक, विज्ञान आणि मानवाचे स्वातंत्र्य यावर भर दिला आहे. मूलग्राही मानवतावादात रॉय यांनी उदारमतवादी व्यक्ती स्वातंत्र्याचा विचार, संसदीय लोकशाहीपेक्षा अधिक सकस संघटित लोकशाही, राज्यसंस्थेचे स्वरूप आणि भवितव्य इत्यादींची चर्चा केली असून हा विचार मार्क्सवादाच्या पलीकडे जातो असा दावा करून मार्क्सवादातील त्रुटी दर्शविल्या आहेत.

मानवी इच्छाशक्ती, विचार आणि मूल्ये यांना मानवी जीवनात महत्त्वाचे स्थान असते, निव्वळ भौतिक घटकांना नव्हे असे मूलग्राही मानवतावादात मानले आहे. स्वातंत्र्य प्राप्तीच्या आकांक्षा ही मानवी प्रगतीमागील मुख्य प्रेरणा मानून व्यक्तीच्या

हितामध्येच सामुदायिक हित साध्य होते असे व्यक्तिवादी तत्त्व ही विचारसरणी मांडते. साम्यवादात व्यक्ती हित दुय्यम मानले जात असल्याने सामाजिक प्रगती साधण्याची साम्यवादी कुवत अत्यल्प असते. असा ह्या विचारांचा आक्षेप आहे. राज्यसंस्था विलयाला जाणे शक्य नसल्यामुळे ती लोकनियंत्रित कशी बनेल याविषयी मूलग्राही मानवतावाद विचार करतो. त्यासाठी प्रातिनिधिक लोकशाहीपेक्षा वेगळी संघटित लोकशाहीची संकल्पना या विचारात अभूतपूर्व आहे. लोकनियंत्रण, विकेंद्रीकरण मर्यादित प्रमाणावर राष्ट्रीयीकरण, व्यक्तीवाद, विवेक आणि बुद्धिवाद ही वैशिष्ट्ये असलेल्या ह्या विचारसरणीवर असलेली पाश्चात्त्य उदारमतवादाची छाप सहज लक्षात येते. ह्या विचाराचे टीकाकार त्यात काही नवीन अथवा मूलग्राही विचार असल्याचे नाकारून मार्क्सवादावरील ती एक प्रतिक्रिया आहे असे मानतात.

मानवेन्द्रनाथ रॉय यांनी 'मूलग्राही मानवतावाद' हा विचार मांडला. रॉय यांच्यावर मार्क्सवादाचा प्रभाव होता, परंतु मार्क्सवादाची रॉय यांनी चिकित्सा केली, तरी त्यातील भौतिक व जीवशास्त्रीय उत्क्रांती, ज्ञानविषयक सिद्धान्त ही तत्त्वे त्यांनी स्वीकारली. मार्क्सवादातील मानवतावादाने व समाजवादी ध्येयाने रॉय यांना प्रभावित केले होते. या तत्त्वांचा समन्वय करून रॉय यांनी उदारमतवादी विचार मांडले, त्याला 'मूलग्राही मानवतावाद' असे म्हटले जाते. समकालीन समस्यांवरील उपाय म्हणून रॉय मूलग्राही मानवतावादाकडे पाहतात. युरोपीय परंपरेतील मानवतावादी विचारांची रॉय यांनी विसाव्या शतकात झालेल्या भौतिक, वैज्ञानिक आणि वैचारिक प्रगतीच्या संदर्भात मांडणी केली असून मानव हा सर्व घडामोडींच्या केंद्रस्थानी आहे हे मानवतावादाचे मूलभूत सूत्र मूलग्राही मानवतावादामध्ये दिसते. मूलग्राही मानवतावादात बुद्धिवाद, विवेक, विज्ञान आणि स्वातंत्र्य यावर भर दिला आहे. यामध्ये रॉय यांनी व्यक्ती स्वातंत्र्याचा विचार, संसदीय लोकशाहीपेक्षा संघटित लोकशाही, राज्यसंस्थेचे स्वरूप आणि भवितव्य यांची चर्चा केली असून हा विचार मार्क्सवादाच्या पलीकडे जातो असा दावा करून मार्क्सवादातील त्रुटी दाखविल्या आहेत.

मनुष्य स्वभाव

रॉय यांच्या मानवतावादी विचारात मनुष्याला मध्यवर्ती स्थान आहे. रॉय म्हणतात मनुष्य हा विवेकी प्राणी आहे. माणसाला आपल्या विवेकाच्या आधारे चांगले व वाईट यामध्ये फरक करता येतो. मनुष्याने आपल्या बुद्धीचा वापर करून संपूर्ण सृष्टीवर आपले नियंत्रण मिळवलेले दिसते. मानवी जीवन समजून घेताना कोणती तरी दैवी शक्ती मनुष्याचे जीवन घडविते हे रॉय यांना मान्य नव्हते. मानवाचे भौतिक जीवन हा नवमानवतावादी विचारांचा आशय आहे.

मनुष्य आणि सामाजिक संस्था

रॉय यांनी विवेक व व्यक्तिस्वातंत्र्य या तत्त्वांना मध्यवर्ती ठेऊन मानव व सामाजिक संस्था यासंदर्भात विचार मांडले आहेत. मानवाच्या कल्याणासाठी, स्वातंत्र्याची जपणूक करण्यासाठी राज्यसंस्था उदयाला आली परंतु आज राज्यसंस्था शक्तिशाली बनली आहे व ती मानवाच्या विकासातील अडथळा बनली आहे. धर्मसंस्था, विवाहसंस्था व कुटुंबसंस्था या सामाजिक संस्थादेखील व्यक्तीच्या विकासातील अडथळा बनत आहेत. राजकीय पक्षांमुळे व्यक्तीचे वैचारिक स्वातंत्र्य नष्ट होत आहे; एकूणच रॉय म्हणतात, सामाजिक संस्था ह्या व्यक्ती विकासाला साहाय्यभूत ठरणाऱ्या असल्या पाहिजेत. परंतु, प्रत्यक्षात त्या व्यक्तिस्वातंत्र्याच्या मार्गातील अडथळा बनत आहेत.

मानवी इच्छाशक्ती, विचार आणि मूल्ये यांना मानवी जीवनात महत्त्वाचे स्थान असते, केवळ भौतिक घटकांना नसते, असे मूलग्राही मानवतावाद मानतो. स्वातंत्र्य प्राप्तीची इच्छा ही मानवी प्रगतीमागील मुख्य प्रेरणा मानून व्यक्तीच्या हितानेच समाजाचे हित साध्य होते असे व्यक्तिवादी तत्त्व ही विचारप्रणाली मांडते. साम्यवादात व्यक्तीहित दुय्यम मानले जात असल्याने सामाजिक प्रगती साधण्याची साम्यवादाची कुवत कमी असते. राज्यसंस्था विलयाला जाणे शक्य नसल्यामुळे ती लोकनियंत्रित कशी बनेल याविषयी मूलग्राही मानवतावाद विचार करतो, त्यासाठी संघटित लोकशाहीचा विचार स्वीकारला. लोकनियंत्रण, विकेंद्रीकरण, मर्यादित प्रमाणावर राष्ट्रीयीकरण, व्यक्तिवाद, विवेक आणि बुद्धिवाद ही मूलग्राही मानवतावादाची वैशिष्ट्ये आहेत.

१) प्रबोधनाला महत्त्व

रॉय यांनी मूलग्राही मानवतावादी विचारात प्रबोधनजन्य मानवतावादाची फेर मांडणी केली. भारताच्या राजकीय गुलामगिरीचे महत्त्वाचे कारण म्हणजे प्रबोधनाचा अभाव हे आहे असे रॉय यांना वाटते. सामाजिक प्रगती व राजकीय स्वातंत्र्य यासाठी प्रबोधन होणे गरजेचे आहे. व्यक्तिवाद, स्वातंत्र्य, वैज्ञानिक दृष्टी, बुद्धिप्रामाण्य, मर्यादित राज्य ही प्रबोधनाची वैशिष्ट्ये आहेत. या सर्वांचा स्वीकार रॉय मूलग्राही मानवतावादात करतात.

२) व्यक्तिस्वातंत्र्याला महत्त्व

व्यक्तिवाद हे प्रबोधनाचे वैशिष्ट्य आहे. मानवाने आपल्या गरजेतून राज्य व समाज या संस्थांची निर्मिती केली आहे, त्यामुळे या दोन संस्थांपेक्षा मानव श्रेष्ठ आहे. मानवी स्वातंत्र्य हे साध्य तर या संस्था हे साधन आहेत. कोणत्याही परिस्थितीत राज्य व्यक्तीच्या स्वातंत्र्याचा बळी घेऊ शकत नाही, त्याप्रमाणे समाजहिताच्या नावाखाली व्यक्तिस्वातंत्र्यावर मर्यादा घालता येणार नाही. कोणत्याही परिस्थितीत रॉय

व्यक्तिस्वातंत्र्याला महत्त्व देतात. स्वातंत्र्य हा सर्व मूल्यांचे उगमस्थान आहे. माणसाने स्वातंत्र्य मिळविण्यासाठी संघर्ष केले आहेत; यातूनच मानवाला ज्ञानप्राप्ती होते. मानवी व्यवहाराचे साध्य स्वातंत्र्य हे आहे. स्वातंत्र्याचा शोध म्हणजे सत्याचा शोध होय. सत्य, स्वातंत्र्य, ज्ञान ही मानवतावादाची महत्त्वाची तीन तत्त्वे आहेत.

३) विवेकी मानव

मानव हा विवेकी आहे. धर्माच्या व धर्मगुरूच्या त्रासातून विवेकामुळेच मानवाची सुटका झाली. प्रत्येक व्यक्ती विवेकी असते. तिला निर्णय घेता येतो व चांगले, वाईट यामध्ये तिला फरक करता येतो. विवेकाद्वारे व्यक्ती स्वातंत्र्य प्राप्त करू शकते. तिला दुसऱ्या कोणत्याही शक्तीची गरज नसते. मानवाला जोपर्यंत आपल्या विवेकी शक्तीची जाणीव होत नाही तोपर्यंत ती स्वतंत्र होऊ शकत नाही. स्वातंत्र्य हे व्यक्तीच्या इच्छेवर अवलंबून असते. राजकीय स्वातंत्र्यापाठोपाठ आपोआप सामाजिक, आर्थिक बदल घडून येईल असे रॉय यांना वाटत नव्हते. मानवाच्या विवेकनिष्ठेमुळे माणसे नैतिक होतात व यातून समाजाची निर्मिती होते. मानवाला संरक्षण देण्यासाठी राज्यसंस्था उदयाला आली, परंतु तिचे कार्यक्षेत्र अमर्याद नसून मर्यादित असते. रॉय म्हणतात, व्यक्ती व समाजाच्या जीवनात राज्याने कमीत–कमी हस्तक्षेप करावा. राज्य केव्हाही निरुपयोगी असूच शकत नाही. समाजातील विविध संस्थांच्या कार्यात समन्वय प्रस्थापित करण्यासाठी, प्रशासन चालविण्यासाठी, कायदा व सुव्यवस्था टिकवून ठेवण्यासाठी   रॉय यांना राज्य आवश्यक वाटते.

व्यक्तिस्वातंत्र्याचे मारक घटक

रॉय म्हणतात, आज ज्या सामाजिक व राजकीय रचना अस्तित्वात आहेत त्या व्यक्तिस्वातंत्र्याला मारक आहेत, विचारप्रणालींनी प्रयत्न केला परंतु त्याला यश आले नाही. राजेशाही, हुकूमशाहीबरोबरच संसदीय लोकशाही हीदेखील व्यक्तीला दुय्यम ठरविते. राज्यघटनेने व्यक्तीला स्वातंत्र्य दिले असले तरी तिचा प्रभावीपणे वापर करता येत नाही. प्रातिनिधिक लोकशाही व्यक्तीची सार्वभौम सत्ता हिरावून घेते. असे असले तरी हुकूमशाहीपेक्षा संघटित लोकशाहीत व्यक्तिस्वातंत्र्य सुरक्षित राहू शकते.

वैज्ञानिक दृष्टीकोन

रॉय म्हणतात की वैज्ञानिक दृष्टिकोनामुळे अनेक पारंपरिक संकल्पनांचा फोलपणा दिसून आलेला आहे. प्राचीन विचारांमध्ये माणूस हा केंद्रबिंदू मानून विचार मांडले परंतु मानवापेक्षा दैवी आणि अध्यात्मिक शक्ती महत्त्वाची मानली गेली. दैवी शक्ती मानवी जीवनाला नियंत्रित करते त्याचबरोबर मानवाचे भवितव्य दैवी शक्तीच्या इच्छेवर

अवलंबून असते. रॉय म्हणतात, आधुनिक मानवतावाद या सर्व गोष्टींना नकार देतो. आधुनिक काळात भौतिक आणि जैविक शास्त्रातील संशोधनामुळे हे सिद्ध झाले आहे की, मानवाच्या वर्तमानामागे दैवी किंवा आध्यात्मिक शक्ती नसतात. शास्त्रीय संशोधनामुळे मानवतावादाचे स्वरूप समजून घेणे शक्य झाले आहे.

राज्यवाद

रॉय यांनी मांडलेला मानवतावाद हा वैश्विक स्वरूपाचा आहे. राष्ट्रातील मानवासाठी मानवतावादाची मांडणी न करता संपूर्ण मानव जातीसाठी रॉय यांनी मानवतावादाची मांडणी केली. राष्ट्रवादामुळे मानवी प्रवृत्ती संकुचित बनत जाते. व्यापक विचार करण्यास मर्यादा येतात. जागतिक प्रश्नांऐवजी राष्ट्राच्याच प्रश्नांना प्राधान्य दिले जाते. राष्ट्र हा विश्वबंधुत्वाच्या मार्गातील अडथळा आहे. परस्पर सहकार्याची भावना निर्माण होण्यासाठी परस्परांमध्ये बंधुत्वाची भावना असणे गरजेचे असते. मानवतावाद हा राष्ट्राच्या सीमारेषापलीकडचा असेल. रॉय यांचा विश्वराज्यवाद हा मानवतावादी असून त्यामध्ये संपूर्ण समाज एकात्म स्वरूपात आढळतो. रॉय यांच्या मते, राष्ट्र ही संकल्पना मानवी स्वातंत्र्यातील अडथळा आहे. राष्ट्रराज्य नष्ट झाले तरच विश्वराज्य निर्माण होऊ शकेल.

सारांश

रॉय यांचा मूलग्राही मानवतावाद मानवी इच्छा, विचार, मूल्ये, हक्क, स्वातंत्र्य यांना महत्त्व देतो. लोकनियंत्रित राज्यसंस्थांद्वारेच मूलग्राही मानवतावाद प्रत्यक्ष अमलात आणता येईल असे रॉय यांचे मत आहे. अशा प्रकारे मार्क्सवादापेक्षा पूर्णत: वेगळा असा मूलग्राही मानवतावाद रॉय यांनी मांडला आहे.

सराव प्रश्न

१) एम. एन. रॉय यांचे मार्क्सवादाचे आकलन स्पष्ट करा.

२) एम. एन. रॉय यांचे भारतीय राष्ट्रीय चळवळीबाबतचे आकलन स्पष्ट करून टीका सांगा.

३) एम. एन. रॉय यांनी मांडलेला मूलग्राही मानवतावाद स्पष्ट करा.

प्रकरण ७

विनायक दामोदर सावरकर (१८८३–१९६६)
(V. D. Savarkar)

अ) हिंदुत्वाचा सिद्धान्त (Theory of Hindutva)

ब) भारतातील ब्रिटिश राजवट याबाबतचे आकलन व टीका (Understanding and Critique of British Rule in India)

क) जात विषमतेचे निमूर्लन याबाबतचे विचार (Views on Eradication of Caste Discrimination)

ड) धर्म व विज्ञानबाबतचे विचार (Views on Eradication of Caste Discrimination)

अल्प परिचय

वि. दा. सावरकर यांचा जन्म २८ मे १८८३ रोजी झाला. सावरकर हे आधुनिक काळातील हिंदुत्ववादी आणि राष्ट्रवादी विचारवंत आहेत. भारताच्या स्वातंत्र्यासाठी सशस्त्र प्रतिकारच आवश्यक आहे असे प्रतिपादन करून सावरकरांनी साध्य हे साधनाचे समर्थन करते असे सुचविले. आयुष्याच्या पूर्वार्धात क्रांतिकारक असलेले राष्ट्रवादी सावरकर पुढे हिंदू धर्मसुधारणेचे पाठीराखे आणि मुस्लिमांचे कट्टर विरोधक बनले. त्यांच्या विचारावर राष्ट्रवादाचा प्रभाव असून समाजसुधारणादेखील राष्ट्र बलवान बनविण्यासाठीच करावी असा त्यांचा विचार होता. हिंदुत्व हाच भारतातील राष्ट्रवादाचा आधार आहे, असा विचार मांडून सावरकरांनी हिंदुराष्ट्रवादाची मांडणी केली.

सावरकरांनी मांडलेले राजकीय विचार महत्त्वपूर्ण आहेत. त्यांच्या राजकीय विचारांना महत्त्वपूर्ण स्थान आहे. वडिलांमुळे सावरकरांवर राष्ट्रभक्तीचे संस्कार झाले.

ज्ञान, जिज्ञासा, वक्तृत्व ही सावरकरांच्या व्यक्तित्त्वाची महत्त्वाची वैशिष्ट्ये आहेत. त्यांनी हिंदुत्व या ग्रंथात हिंदुत्वाची संकल्पना मांडली. त्यांनी 'अभिनव भारत' व 'फ्री इंडिया सोसायटी' या संघटना स्थापन केल्या. हिंदी विद्यार्थ्यांना एकसंघ करणे व क्रांती करण्यासाठी तयार करणे हा या संघटनांचा हेतू होता. सावरकर बुद्धिप्रामाण्यवादी होते. ते राष्ट्रवादी असूनही त्यांनी सामाजिक सुधारणांचा पुरस्कार केला होता. धार्मिक आधारावर राष्ट्रबांधणीचा विचार त्यांनी मांडला असला तरी विज्ञान, व्यवहार व वस्तुनिष्ठता यापासून ते कधीही दूर गेले नाहीत. सावरकरांच्या संपूर्ण विचारात हिंदू राष्ट्र व हिंदुत्व या संकल्पनांना महत्त्वपूर्ण स्थान आहे.

अ) सावरकरांचा हिंदुत्वाचा सिद्धान्त

प्रस्तावना

सावरकरांनी हिंदुत्व एक राजकीय तत्त्वज्ञान म्हणून मांडले, तसेच भारत हे एक हिंदू राष्ट्र या संकल्पनेचा पाया हिंदुत्व म्हणून देखील मांडला. हिंदुत्व ही हिंदू राष्ट्रवादी विचारप्रणालीमधील महत्त्वपूर्ण संकल्पना आहे. हिंदू राष्ट्रवादाची सैद्धांतिक मांडणी करीत असताना 'हिंदू' कोणाला म्हणावे? 'हिंदुत्व' म्हणजे काय? या प्रश्नांची उत्तरे सावरकरांनी हिंदुत्व या ग्रंथामध्ये दिली आहेत. सावरकरांनी हिंदुत्व ही संकल्पना हिंदुत्व या ग्रंथामध्ये मांडली. सावरकरांनी हिंदू याची केलेली व्याख्या, ''आ सिंधु-सिंधुपर्यन्ता यस्य भारतभूमिका पितृभूः पुण्यभूश्चैव स वै हिंदुरिति स्मृतः।'' ह्याचा अर्थ ''जो सिंधुनदीपासून समुद्रापर्यंत पसरलेल्या भारतास आपली पितृभूमी, पूर्वजांची भूमी तसेच पुण्यभूमी समजतो तो हिंदू होय.'' सावरकरांच्या व्याख्येनुसार ज्याचे वाडवडील या भारत भूमीमध्ये राहात आले, त्याची भारत ही पितृभू आहे, तसेच ज्या धर्माचे आद्य प्रवर्तक या भारत भूमीत होऊन गेले, त्या सर्वांची भारत ही पुण्यभू आहे आणि ते सर्वजण हिंदू या संज्ञेस पात्र आहेत. सावरकरांच्या या म्हणण्यानुसार भारतातील जैन, शीख, बौद्ध या धर्मांचे आद्य प्रवर्तक भारतीय असल्यामुळे भारत ही सर्वांची पुण्यभू असून ते हिंदूच आहेत. याउलट, ख्रिश्चन, इस्लाम व ज्यू इ. धर्मांचे आद्यप्रवर्तक भारताच्या बाहेरील असल्यामुळे या धर्माच्या अनुयायांना हिंदू म्हणता येणार नाही, कारण त्यांची पितृभू भारत असली तरी पुण्यभू भारत होऊ शकत नाही.

सावरकरांच्या मते, 'हिंदू' हा धर्मवाचक शब्द नसून तो राष्ट्रवाचक शब्द आहे. सप्तसिंधूच्या खोऱ्यातील रहिवासी ते हिंदू असा प्रादेशिक राष्ट्रीय संदर्भ फार प्राचीन काळापासून हिंदू या शब्दास असून हिंदू हे राष्ट्राभिमान आहे, म्हणूनच हिंदुत्वाची संकल्पना ही केवळ हिंदू धर्मापुरतीच मर्यादित न ठेवता तिचा प्रादेशिक संदर्भही लक्षात घेणे आवश्यक आहे असे सावरकर म्हणतात. धार्मिक संदर्भाच्या पलीकडे जाऊन

सावरकरांनी हिंदुत्वाचा आधार प्रादेशिकतेमध्ये व राष्ट्रीय संदर्भात शोधला असला, तरी सावरकरांनी मांडलेली हिंदुत्वाची व्याख्या पूर्णपणे धर्मनिरपेक्ष नाही, कारण हिंदुत्वाच्या आवश्यक बाबी सांगत असताना सावरकरांनी 'पितृभू' प्रमाणेच 'पुण्यभू'चीही अट सांगितली असल्यामुळे हिंदुत्वास आपोआपच धार्मिक परिमाण प्राप्त झाले आहे. एक भाषा, एक राष्ट्र, एक देश आणि एक संस्कृती या तत्त्वावर हिंदू राष्ट्राची उभारणी करून भारतातील मुस्लीम राष्ट्रवादाचा प्रतिकार करण्याच्या हेतूने सावरकरांनी आपली हिंदुत्वाची कल्पना स्पष्ट केली आहे. हिंदूधर्मामध्ये धार्मिक विधी, कर्मकांड यांचा समावेश होतो. हिंदूधर्म हा हिंदुत्वाचा एक घटक आहे. हिंदुत्व व हिंदूधर्म हे दोन समानार्थी शब्द नाहीत. हिंदुत्वामध्ये खालील गोष्टींचा समावेश होतो.

१) मातृभूमी–पितृभूमी म्हणजेच भारताबद्दल प्रेम असणे कारण या भूमीमध्ये आपले पूर्वज रहात होते.

२) आर्यवंश व राष्ट्राभिमान यांचा अभिमान असणे. हिंदू वंशीय व इतर वंशीय यांच्यामध्ये फरक आहे. हिंदूंमध्ये जाती अनेक असल्या तरी ते हिंदू आहेत. एका जातीतील मुलाने दुसऱ्या जातीतील मुलीशी लग्न केले तरी तो हिंदू समाजव्यवस्थेत राहत असल्याने त्याचे हिंदुत्व कायम असते.

३) भारतभूमीला पुण्यभू मानणे. ह्या भूमीमध्ये धर्माचा संस्थापक निर्माण झाल्याने या भूमीला पुण्यत्व व महत्त्व प्राप्त झाले आहे असे मानणे. पूर्वजांनी केलेल्या पराक्रमांचा अभिमान वाटणे, संस्कृतीबद्दल अभिमान लोकांना वाटला पाहिजे.

देश, वंश, संस्कृती या घटकांमुळे एकत्र आलेले लोक हिंदुत्वामध्ये सामील होतात. देश, वंश, जात, संस्कृती ह्यामुळे हिंदुत्व बनते. हिंदुत्व हिंदूधर्म हे शब्द समान अर्थाने वापरले व त्याची व्याप्तीदेखील समान मानल्याने जैन, शीख हे धर्म हिंदू धर्मापासून वेगळे झाले आणि हाच सर्वांत मोठा हिंदू राष्ट्राच्या निर्मितीमधील अडथळा आहे.

सावरकरांनी सुरुवातीला हिंदी राष्ट्रवादाचा स्वीकार केला होता, मात्र नंतर त्यांनी हिंदू राष्ट्रवाद मांडला. सावरकरांची हिंदुत्व संकल्पना संकुचित नसली तरी ती धर्मनिरपेक्षदेखील नव्हती.

सारांश

सावरकरांनी प्रखर हिंदुत्वाची संकल्पना मांडली. हिंदू धर्मापेक्षा व्यापक अशी ही हिंदुत्वाची संकल्पना होती. भारतभूमी ही ज्याची पितृभू नि पुण्यभू आहे तो हिंदू अशी त्यांनी हिंदूची व्याख्या केली. अशा प्रकारे सावरकरांनी हिंदुत्व ही संकल्पना स्पष्ट केली आहे.

ब) भारतातील ब्रिटिश राजवट याबाबतचे आकलन व टीका

प्रस्तावना

वि. दा. सावरकर यांच्यावर लहानपणीच इतिहास, पुराणे व भारतातील वातावरण ह्यामुळे राष्ट्रभक्तीचे संस्कार झाले त्यातून त्यांना स्फूर्ती मिळाली व त्यांनी आपले आयुष्य राष्ट्रसेवेमध्ये घालविले. विद्यार्थी दशेमध्ये त्यांनी स्वदेशी चळवळीत भाग घेतला व परदेशी मालाची होळी केली. त्यांनी ब्रिटिशांविरोधी लढण्यासाठी तरुणांची 'मित्रमेळा' नावाची संघटना स्थापन केली नंतर तिचे रूपांतर 'अभिनव भारत' या क्रांतिकारी संघटनेमध्ये करण्यात आले. भारतातील ब्रिटिश राजवट ही जुलमी, अन्यायी व हिंसेचा स्वीकार करणारी असल्याने तिच्याविरोधी लढण्यासाठी क्रांतिकारक मार्गाचा व हिंसेचा वापर करावा लागेल अशी स्पष्ट भूमिका वि. दा. सावरकरांनी घेतली होती. त्यामुळे गांधींच्या नेतृत्वाखाली सुरु असलेल्या अहिंसावादी राष्ट्रीय आंदोलनाबाबत ते सांशक होते. भारतीयांनी पारतंत्र्यातून मुक्त होण्यासाठी शक्य असलेल्या कोणत्याही मार्गाचा अवलंब करणे हे योग्यच आहे असे वि.दा.सावरकर यांचे म्हणणे होते.

भारतातील ब्रिटिश राजवट याबाबतचे आकलन व टीका

सशस्त्र क्रांती केल्याशिवाय ब्रिटिश भारतातील आपली सत्ता सोडण्यास तयार होणार नाहीत. त्यामुळे भारतीयांनी ब्रिटिशांविरोधी लढण्यासाठी सशस्त्र क्रांतीच्याच मार्गाचा स्वीकार करावा असे सावरकर मानतात. सावरकर इंग्लंडला बॅरिस्टर होण्यासाठी गेले. परंतु, त्यामागील हेतू हा तेथील हिंदी विद्यार्थ्यांमध्ये भारताच्या स्वातंत्र्याची प्रेरणा निर्माण करणे आणि क्रांती कशी करावी याबद्दलची माहिती मिळविणे हा होता. त्यांनी इंडिया हाऊसमधून क्रांतिकारक लिखाण प्रसिद्ध करून क्रांतिवीर तयार करण्यास सुरुवात केली. इटलीचा देशभक्त क्रांतिवीर मॅझिनी यांच्या चरित्राचे मराठीत भाषांतर केले. तसेच भाई परमानंद, मॅडम कामा, लाला हरदयाळ अशा अनेक क्रांतिकारकांशी संबंध प्रस्थापित करून ब्रिटिशांविरोधी क्रांतिकारक शक्तींची एकजूट करण्याचा प्रयत्न केला. सावरकरांपासून प्रेरणा घेऊन मदनलाल धिंग्रा यांनी सर कर्झन वायलीचा खून केला व फाशीची शिक्षा पत्करली. थोडक्यात, इंग्लंडमध्ये जावून येथील भारतीयांच्या मनामध्ये ब्रिटिशांविरोधी क्रांतिकारक भावना सावरकरांनी निर्माण केली. याचा अर्थ ब्रिटिशांविरोधी त्याच्याच भूमीमध्ये जावून क्रांतीची भावना सावरकरांनी निर्माण केली.

सावरकरांनी १८५७ चे स्वातंत्र्ययुद्ध हा ग्रंथ लिहून हे केवळ बंड नव्हते तर स्वातंत्र्य युद्ध होते असे म्हटले. ब्रिटिशांविरोधी लढा देण्यासाठी सावरकरांनी सेनापती

बापट यांना बॉम्ब तयार करण्याचे शिक्षण घेण्यासाठी रशियात पाठविले व तेथून बॉम्बनिर्मितीबाबतची माहिती भारतात पाठविली. तसेच गुप्त मार्गाने भारतात पिस्तुले पाठविली. क्रांतीला प्रोत्साहन देणारी भाषणे केल्यामुळे, बॉम्ब कट व जॅक्सन खून यामुळे सावरकरांना इंग्लंडमध्ये अटक केली. त्या वेळी त्यांनी समुद्रात उडी घेऊन फ्रान्सला गेले परंतु ब्रिटिशांनी त्यांना पकडून जन्मठेपेची शिक्षा दिली. याचा अर्थ ब्रिटिश शासनाविरोधी सावरकरांनी परदेशामध्ये लढा सुरू केला होता.

भारताला स्वातंत्र्य मिळाले पाहिजे हे सावरकरांचे ध्येय होते. त्यासाठी 'राष्ट्र स्वतंत्रता ध्येय साधनांना अनेकता' असा विचार त्यांनी स्वीकारला. स्वातंत्र्यासाठी ब्रिटिशांविरोधी लढताना मार्ग अनेक असू शकतील म्हणून स्वातंत्र्यवीरांनी साधनांच्या योग्यायोग्यतेबाबत वाद उपस्थित करू नये.

ब्रिटिश राज्यकर्ते शस्त्राच्या साहाय्याने जनतेवर दडपशाही करीत होते; त्यामुळे त्याच्या विरोधी घटनात्मक व शांततापूर्ण मार्गांनी लढा देता येणार नाही त्यामुळे हिंसा, बंड, सशस्त्र क्रांती हेच मार्ग योग्य आहेत. ब्रिटिश अधिकाऱ्यांचे खून पाडून व सशस्त्र छापे घालून भारतातील ब्रिटिशांची सत्ता नष्ट होणार नाही परंतु भारतीय जनतेत जागृती निर्माण व्हावी व ब्रिटिश सरकारला जास्त दडपशाही केल्यास कोणते परिणाम होतील याची जाणीव निर्माण करणे हा हेतू होता असे सावरकर सांगतात.

स्वधर्मरक्षण व स्वातंत्र्य प्राप्ती यासाठी प्रत्येक भारतीयाने ब्रिटिशांविरोधी लढ्यात सहभागी झाले पाहिजे असे म्हटले. स्वातंत्र्य भीक मागून मिळत नाही तर त्यासाठी लढा द्यावा लागतो. लढा देण्यासाठी स्वातंत्र्यवीरांनी लष्करी शिक्षण घेतले पाहिजे.

भारतातील ब्रिटिश राजवट अन्यायी, जुलमी आहे व तिच्याविरोधी अहिंसेच्या माध्यमातून म.गांधींच्या नेतृत्वाखाली काँग्रेसने लढा सुरू केला. त्याविरोधी सावरकरांनी जोरदार टीका केली आहे. भारतीय स्वातंत्र्यासाठी अहिंसेच्या मार्गाचा स्वीकार करणे घातक आहे. अहिंसेमुळे भारत दुर्बल होईल. दुर्बल भारत ब्रिटिशांविरोधी लढा देवू शकणार नाही तसेच जागतिक राजकारणात दुर्बळ राष्ट्राला मान-सन्मान मिळणार नाही. न्यायासाठी व स्वातंत्र्यासाठी हिंसा करणे योग्य अशी सावरकरांनी भूमिका घेतली होती.

सारांश

सावरकरांनी भारतातून ब्रिटिशांना घालवून देण्यासाठी सशस्त्र क्रांतीच्या मार्गाचा स्वीकार केला. परदेशामध्ये असलेल्या भारतीयांचे साह्य ब्रिटिश विरोधी लढ्यामध्ये त्यांनी मिळविले. जन्मठेपेची शिक्षा त्यांनी स्वीकारली. तसेच अहिंसेच्या मार्गावर

त्यांनी टीका केली. अशा प्रकारे भारतातील ब्रिटिश राजवटीबाबतचे सावरकरांचे आकलन व टीका सांगता येते.

क) जात विषमतेचे निमूर्लन याबाबतचे विचार

प्रस्तावना

वि. दा. सावरकर यांनी 'जात्युच्छेदन' ही चळवळ चालविली होती. सावरकर यांनी हिंदू समाज एकजीव, एकात्म व संघटित करण्यासाठी जात्युच्छेदन ही चळवळ चालविली होती. हिंदू समाजाच्या अधःपतनाला चार्तुवर्ण व जातिव्यवस्था जबाबदार आहे. या दोन घटकांच्या विरोधात सावरकरांनी जात्युच्छेदन चळवळीत काम केले.

हिंदू धर्मात जातिव्यवस्थेचे समर्थन करण्यामुळे विषमतेचेदेखील समर्थन केले जाते. वि.दा.सावरकर यांनी हिंदूचे संघटन करण्यासाठी हिंदूधर्माची चिकित्सा केली त्यामुळे जातीव्यवस्थेच्या विषमतेचीदेखील सावरकरांनी चिकित्सा केली. यातूनच सावरकर जातीच्या विषमतेचे निमूर्लन करण्यासाठी विचार मांडतात.

१) अंधश्रद्धांना विरोध

सावरकरांनी हिंदू धर्म व जातिव्यवस्थेतील अंधश्रद्धांवर टीका केली. त्यांनी विज्ञानवादी दृष्टिकोनाचा पुरस्कार केला यातून सावरकर विज्ञानवादी झाले. सावरकरांची ही विज्ञाननिष्ठा उपयुक्ततावादी या स्वरूपाची होती; कारण त्यामध्ये हिंदू संघटन यास मध्यवर्ती स्थान होते. याच प्रेरणेतून सावरकरांनी मंदिर प्रवेश, आंतर-जातीय विवाह, सहभोजन अशा गोष्टी जातविषमतेचे निर्मूलन करण्यासाठी केल्या.

२) सात बेड्या

सावरकरांनी जातिव्यवस्थेची समीक्षा करून जातीविषमता निर्मूलनासाठी त्यांनी सातबेड्या मोडण्याचा विचार मांडला. त्या सात बेड्या पुढीलप्रमाणे-

१) वेदोक्त बंदी

वेदोक्त बंदी म्हणजे वेदांचा अधिकार उच्च जाती व्यतिरिक्त इतरांना नव्हता. यामुळे सावरकरांनी वेदांवरील ही बंदी उठविण्यासाठी वेदोक्त बंदी हा कार्यक्रम राबविला. म्हणजेच सर्वांसाठी वेदोक्त पद्धत अशी त्यांनी भूमिका घेतली.

२) व्यवसाय बंदी

जात आणि व्यवसाय यांचे संबंध जातिव्यवस्थेत होते. दुसरा व्यवसाय करण्यास बंदी होती. सावरकरांनी ही बंदी उठवावी अशी भूमिका घेतली; कोणताही व्यवसाय करता येईल अशी त्यामध्ये भूमिका होती.

३) स्पर्शबंदी

स्पर्शबंदी म्हणजे समाजामध्ये एकमेकांना स्पर्श लोक करत नव्हते. भेदभाव पाळला जात होता; म्हणून स्पर्शावरील बंदी मोडून टाकण्याचा सावरकरांनी विचार मांडला.

४) सिंधुबंदी

सावरकरांनी सिंधुबंदी मोडण्याची संकल्पना मांडली. समुद्रपर्यटन केल्याने धर्म बुडतो असा विचार त्या काळी समाजात होता. यामुळे लोक समुद्र पर्यटन करीत नव्हते. सावरकरांच्या मते, समुद्रपर्यटन केल्यामुळे धर्म बुडत नाही. सावरकरांनी यासाठी सिंधुबंदी मोडण्याचा विचार मांडला.

५) शुद्धीबंदी

हिंदू धर्मामध्ये व जातिव्यवस्थेमध्ये उच्च जाती व इतर जाती यांच्यामध्ये शुद्ध-अशुद्धतेची कल्पना होती. सावरकरांनी ही कल्पना नाकारली आणि त्यांनी शुद्धीबंदी मोडण्याचा विचार मांडला.

६) रोटीबंदी

रोटीबंदी म्हणजे एकत्र किंवा सहभोजन करण्यास बंदी होती. सावरकरांनी सहभोजन करण्यावरील बंदी उठवून सहभोजनाचा कार्यक्रम रत्नागिरी येथील पतित पावन मंदिरात राबविला. यातून सावरकरांनी रोटीबंदी ही संकल्पना मांडली.

७) बेटीबंदी

बेटीबंदी म्हणजे आंतरजातीय विवाहाला बंदी होती. सावरकरांनी आंतरजातीय विवाहाचे समर्थन केले. त्यांनी आंतरजातीय विवाह घडवून आणले. यातून सावरकर बेटीबंदी ही संकल्पना नाकारतात.

सारांश

वि. दा. सावरकर यांना हिंदू धर्मातील जात-विषमता अमान्य होती. या विषमतेमुळे हिंदूधर्म एकसंघ राहू शकणार नाही. त्यामुळे जातविषमतेचे निमूर्लन करण्यावर त्यांनी भर दिला. सात बेड्याच्या माध्यमातून सावरकर जातविषमता निमूर्लनाचा कार्यक्रम मांडतात. या सात बेड्याच्या माध्यमातून जातविषमता नष्ट करून हिंदू समाजामध्ये समता व ऐक्य प्रस्थापित करण्याचा प्रयत्न वि. दा. सावरकरांनी केला आहे. अशा प्रकारे जात विषमतेचे निमूर्लन याबाबतचे सावरकरांचे विचार सांगता येतात.

ड) सावरकरांचे धर्म व विज्ञानाबाबतचे विचार

प्रस्तावना

सावरकरांचा संपूर्ण विचार हा विज्ञानवादी दृष्टिकोनावर आधारलेला आहे. समाजकारणात विज्ञानाचे वर्चस्व स्पष्टपणे दिसले पाहिजे. अर्थकारणामध्येदेखील यंत्रांच्या माध्यमातून विज्ञानाचे वर्चस्व दिसले पाहिजे. धर्मग्रंथ, पोथी, पुराणे, रूढी, प्रथा, परंपरा, धर्म–भोळेपणा ह्या गोष्टी समाजहिताला मारक आहेत म्हणून सावरकरांनी यावर टिका केली. जीवनाच्या सर्वच क्षेत्रांमध्ये विज्ञाननिष्ठ दृष्टिकोनाचा स्वीकार करण्यावर सावरकरांनी भर दिला. विज्ञाननिष्ठा म्हणजे नव्या वैज्ञानिक उपकरणांचा वापराचा आग्रह धरणे असा अर्थ नाही. तर आधुनिक जगात टिकून रहायचे असेल तर विज्ञानाचा अभ्यास करणे गरजेचे आहे. नव्या तंत्रज्ञानाचा स्वीकार करताना आपण त्याच्या आहारी जाता कामा नये असे सावरकर म्हणतात. सावरकरांनी विज्ञानाचा जो बुद्धिवादी प्रचार केला हा केवळ हिंदू कर्मकांडापुरता किंवा धर्मविधीपुरता मर्यादित न ठेवता ख्रिश्चन, मुसलमान धर्मियांना देखील विज्ञाननिष्ठ दृष्टिकोन स्विकारण्यावरती त्यांनी भर दिला. याचा अर्थ केवळ एका धर्मातील लोकांनी विज्ञाननिष्ठ दृष्टिकोनाचा स्वीकार केला तर समाजाची संपूर्ण प्रगती होईल असा होत नाही; तर संपूर्ण समाजातील सर्व धार्मिक व जातीय गट जोपर्यंत विज्ञानवादी दृष्टिकोन स्वीकारणार नाहीत तोपर्यंत संपूर्ण समाजाचा विकास होणार नाही. यासाठी सावरकरांनी हिंदू धर्मियांबरोबरच इतर धर्मियांनी देखील विज्ञानवादी दृष्टिकोन स्वीकारावा यावर भर दिलेला दिसतो.

१) वैज्ञानिक मूलतत्त्ववाद

सावरकरांनी जो मूलतत्त्ववाद मांडला त्यास वैज्ञानिक मूलतत्त्वाद असे म्हटले जाते. सावरकरांनी हा वैज्ञानिक मूलतत्त्ववाद पारंपरिक समाजाला आधुनिक रूप देण्यासाठी सांगितला आहे. रूढी, प्रथा, परंपरा हा समाजाचा आधार असण्याऐवजी विज्ञान हा समाजाचा मुख्य आधार असला पाहिजे. हा मुद्दा सविस्तरपणे समजून देण्यासाठी सावरकरांनी 'सनातन धर्म कोणता?' या नावाचा एक निबंध लिहिला. त्यामध्ये ते म्हणतात, 'प्रकाश, उष्णता, गणितज्योतिष, ध्वनी, विद्युत, चुंबक, रेडियम, भूगर्भ, शरीरवैद्यक, यंत्र, जैव, ही जी प्रयोगक्षम शास्त्रे आहेत त्यांचे जे प्रयोगसिद्ध नियम आज मनुष्याला माहीत झालेले आहेत तोच आमचा खरा सनातन धर्म आहे व हाच मानवधर्म आहे.' सूर्य, चंद्र, आप, तेज, वायू, अग्नी, भूमी, समुद्र या देवता कोणाच्या इच्छेनुसार, स्वार्थानुसार किंवा लहरींनुसार प्रसन्न किंवा रुष्ट होणाऱ्या देवता नसून, ह्या सनातन धर्माच्या नियमांनी पूर्णपणे बद्ध असणाऱ्या वस्तू

आहेत आणि ह्या ज्या प्रमाणात मनुष्याला मिळविता येतील त्या प्रमाणात मनुष्याला सर्व सृष्टीशक्तीशी रोखठोक व बिनचूक व्यवहार करता येईल असे सावरकर म्हणतात आणि हाच खरा विज्ञानधर्म आहे असे ते म्हणतात.

विज्ञानधर्म म्हणजे प्रयोगशाळेमध्ये बसून जगातील अज्ञात गोष्टींचा शोध घेणारा धर्म नव्हे तर विज्ञानाची प्रत्यक्ष प्रयोग, तर्क, अनुभव यावरून सत्य शोधण्याची बुद्धिनिष्ठ पद्धत होय. मानवी जीवनातील प्रत्येक क्षेत्राला लावून निर्णय घेण्याच्या बुद्धिवादाला दिलेले हे पर्यायी नाव आहे. सावरकर विज्ञानधर्माचा पुरस्कार करतात. बुद्धीची प्रतिष्ठापना केल्यानंतर जो धर्म समाजात अस्तित्वात असणार आहे त्याला ते विज्ञानधर्म म्हणतात 'ऐहिक जगापुरता खरा धर्म म्हणजे ऐहिक विज्ञान आहे' असे सावरकर म्हणतात. जगातील सत्य विज्ञानच शोधून काढू शकते यावर सावरकरांना विश्वास होता. बुद्धीच्या ऐवजी विज्ञान या पर्यायी शब्दाचा ते वापर करताना दिसतात. God of Reason याअर्थी ते विज्ञानदेव मानतात. विज्ञानाच्या संशोधक ग्रंथांनाच ते धर्मग्रंथ मानतात.

२) उपयुक्तता ही कसोटी

सावरकरांनी उपयुक्ततावादाचा स्वीकार केला आहे. ते म्हणतात, 'ध्येयवाद व व्यवहार यातील वाद किंवा द्वंद्व सोडविण्याचा मार्ग म्हणजे उपयुक्ततावाद होय. व्यक्ती, राष्ट्र, मानवता, सत्य, असत्य, हिंसा, अहिंसा, धर्म, अधर्म, गुप्तता या गोष्टींचा विचार करताना उपयुक्ततावादी कसोटी लावणे गरजेचे आहे कारण जास्तीत जास्त लोकांचे हित हेच सद्गुणांचे समर्थन होय. सावरकरांनी विज्ञानाची मूर्ती असलेल्या यंत्रांचा स्वीकार केलेला दिसतो. मनुष्याने यंत्राचा स्वीकार व वापर केला पाहिजे. यासाठी सावरकर रशियाचे उदाहरण देतात. केवळ धर्मग्रंथावर समाजव्यवस्था उभारण्याचे दिवस संपले आहेत ते इतिहासजमा झाले आहेत. रशियाने आपल्या समाजव्यवस्थेचा पाया कोणत्याही धर्मग्रंथावर रचलेला नाही तर तो विज्ञानग्रंथावर रचलेला आहे त्यामुळेच अल्पावधीमध्ये रशियाचा विकास झालेला दिसतो.

३) भाकड धार्मिकतेवर प्रखर टीका किंवा हल्ला

सावरकरांनी अस्तित्वात असलेल्या हिंदू धर्मातील भाकड धार्मिकतेवर प्रखर टीका केली. समाजाच्या मनावरती या भाकड धार्मिकतेचा फार मोठा पगडा आहे त्यामुळे सामान्य माणूस बुद्धीचा वापर करीत नाही. खऱ्या अर्थाने भारतीय समाजामध्ये सामाजिक सुधारणा घडवून आणावयाची असेल तर सावरकर म्हणतात, या भाकड धार्मिक प्रथा प्रथम नष्ट केल्या पाहिजेत. त्या सोडून दिल्या पाहिजेत. केवळ संस्थात्मक बदल केले म्हणून समाजामध्ये प्रगती होते असे नाही तर धर्मभावना, धर्मग्रंथ यांच्यामुळे

निर्माण होणारा जो धर्मभोळेपणा आहे तो नष्ट करून त्या समाजामध्ये विज्ञाननिष्ठ विचारांचा स्वीकार करून बदल घडवून आणणे म्हणजेच समाजसुधारणा होय. याच दृष्टिकोनातून सावरकरांनी यज्ञसंस्थेला तसेच 'गाय' या हिंदू मनाची श्रद्धा असलेल्या प्रतिकावर टीका केली. आपल्या प्रत्येकाचा खरा धर्म कोणता, याचे विश्लेषण सावरकरांनी केले आहे. आपल्या देशाला, समाजाला धार्मिक अज्ञानामधून बाहेर काढून सुधारलेल्या विज्ञानयुगामध्ये आणून सोडणे हे प्रत्येकाचे खरे धार्मिक कर्तव्य आहे व हाच प्रत्येकाचा खरा धर्म आहे असे सावरकर म्हणतात व हाच खरा विज्ञानधर्म आहे अशी सावरकरांची खऱ्या धर्माची कल्पना आहे.

समाजाची, राष्ट्राची इमारत धर्मग्रंथाच्या पायावर उभी न करता विज्ञान ग्रंथाच्या प्रबळ पायावर उभी केली पाहिजे. याबद्दल सावरकरांचा आग्रह आहे. धर्माचे उच्चाटन केल्याशिवाय विज्ञान धर्माची स्थापना अशक्य असते व विज्ञानधर्माशिवाय मनुष्याचा विकास होऊ शकत नाही. हा सावरकरांचा ठाम सिद्धान्त आहे. हा सिद्धान्त खरा कसा आहे हे जगाच्या इतिहासातील कित्येक घटना समोर ठेवून पुराव्यानिशी सावरकर सिद्ध करतात. ''विज्ञान हाच आमचा देव, धर्म, वेद, श्रुती-स्मृती सर्व काही आहे,'' अशी सावरकरांची स्पष्ट भूमिका आहे. मानवजातींवर येणाऱ्या संकटांपासून बचाव करण्याचे उपाय शोधण्यासाठी अज्ञानाच्या धार्मिकतेची वाट सोडून विज्ञानाच्या कार्यकारणभावांची वाट चोखाळू लागताच त्यांना मनुष्यांवर कोसळणाऱ्या संकटावरील कधीही न फसणारे असे एकेक अमोघ उपाय सापडतील. असे सावरकर म्हणतात.

४) यंत्राचा पुरस्कार

सावरकरांच्या विज्ञानबोधात यंत्र व यंत्रशील मनोवृत्ती यांना महत्त्वाचे स्थान आहे. भारतात गांधींची चळवळ १९२० साली सुरू झाल्यावर यंत्राबद्दल एक प्रकारचा तिरस्कार निर्माण होण्याची भीती सावरकरांना वाटत होती; कारण त्यावेळी भारताला औद्योगिक क्रांतीचा लाभ मिळाला नव्हता. युरोप हा आधुनिक संस्कृतीने प्रबळ झाला म्हणून भारताने श्रुतिस्मृती पुराणोक्त संस्कृतीचा मार्ग सोडून आधुनिक बनले पाहिजे. ही सावरकरांची भूमिका होती आणि म्हणून त्यांनी आपल्या सामाजिक निबंधाद्वारे यंत्रशक्ती, यंत्रविज्ञान, यंत्रशीलपणा यांचा प्रचार करून यंत्रावर घेतल्या जाणाऱ्या आक्षेपांना उत्तरे देण्याचा प्रयत्न केला. सावरकर यंत्राला विज्ञानाची मूर्ती म्हणत. 'यंत्र शाप की वरदान' हे सांगताना सावरकर म्हणतात, ''पूवी दुबळा प्राणी जो होता तो माणूस आज पृथ्वीवरील अंतराळातील, महासागरातील प्राण्यात प्रबळतम झाला आहे तो केवळ हत्यार, कल, यंत्र, यांच्यामुळे होय. मंत्रबळ नव्हे तर यंत्रबळ! शाप नव्हे! तर यंत्र हे मनुष्याला अतिमानुष करणारे विज्ञानाचे वरदान होय!''

५) रशियातील जीवनक्रांती

प्रत्येक क्रांती हा प्रयोग असतो. आजवरच्या साऱ्या क्रांत्यांमध्ये अधिक सर्वंकष नि मानवी जीवनच बदलू पाहणारी रशियन क्रांती ही याच कारणासाठी एक अत्यंत अपूर्व सर्वांना जितक्या धाडसाचा तितक्याच धोक्याचा असा मनुष्य समाजाने केलेला एक मोठ्यातील मोठा सांघिक प्रयोग होता. राष्ट्रीय, सामाजिक, धार्मिक, आर्थिक समाजाचे सर्व पैलू नव्याने पाडावयाचे काम त्या क्रांतीने हाती घेतले होते. तिला मानवी समाजाच्या जीवनाचीच दिशा बदलवायची होती. ती एक नुसती राज्यक्रांती, एक नुसती धर्मक्रांती, एक नुसती अर्थक्रांती किंवा एक नुसती समाजक्रांती नव्हती. तर ती रशियन क्रांती होती. एक जीवनक्रांती होती. या क्रांतीचे मूळ ध्येयच मुळापासून मनुष्य समाजाची रचनाच नव्या पायावर करावयाची होती. 'यंत्रापासून जो आहे तो लाभच आहे.' यंत्राचा दुरुपयोग टाळून सामुदायिक सदुपयोग कसा करावा ह्याचा आर्थिक वस्तुपाठ रशिया आज स्वतःला नि जगाला देतच आहे.

यंत्रशक्तीमुळेच रशिया हे जगातील सर्वात प्रबळ व श्रीमंत राष्ट्र बनले आहे. प्रत्येकजणास काम, अन्न, वस्त्र आणि आनंद समतेने उपभोगू देणारे राष्ट्र झालेले आहे. असे सावरकर म्हणतात.

६) विज्ञाननिष्ठेचा पुरस्कार

सावरकर म्हणतात, आम्हाला मागासलेल्या संस्कृतीत जखडून टाकणारी श्रुतीस्मृती पुराणोक्ताची मानसिक बेडी टाकून दिली पाहिजे व आधुनिकीकरणाचा, विज्ञाननिष्ठतेचा स्वीकार केला पाहिजे. सर्वांनी धर्मवेडे होण्याऐवजी विज्ञानवेडे झाले पाहिजे हा सावरकरांचा व्यापक दृष्टिकोन आहे. सावरकरांचा विज्ञानवाद ही राष्ट्रनिष्ठा आहे. सावरकर हे विज्ञाननिष्ठ विचारवंत होते. परंतु, सावरकरांनी मांडलेला विज्ञाननिष्ठ दृष्टिकोन त्यांच्या लिखाणातच राहिला तो समाजाला समजाऊन दिला गेला नाही.

भारत स्वतंत्र झाल्यानंतर वैज्ञानिक क्षेत्रात तो प्रचंड प्रगती करेल हे सावरकरांचे स्वप्न खरे ठरले आहे. भारताने अवकाश क्षेत्रामध्ये प्रगती केली. शस्त्रास्त्र निर्मितीत तो पुढे आहे. अणुतंत्रज्ञानामध्ये तो स्वावलंबी बनण्याचा प्रयत्न करित आहे. तंत्र विज्ञानामध्ये भारताने लक्षणीय प्रगती केली आहे. सावरकरांनी भारतासाठी केलेला आधुनिकीकरणाचा स्वीकार प्रत्यक्षात साकार झालेला आहे. परंतु, भारताचे मन आधुनिक झाले आहे काय? हा खरा प्रश्न आहे.

सारांश

विज्ञानवाद हे सावरकरांच्या सामाजिक विचारसरणीचे मूलभूत तत्त्व आहे. हिंदूनी आपल्या अभ्युदयासाठी समाजकारण व विज्ञाननिष्ठ दृष्टी अवलंबली पाहिजे

आणि अर्थकारणात यंत्राचे व आधुनिक तंत्र विज्ञानाचे वर्चस्व स्थापन केले पाहिजे. ही सावरकरांची समाजक्रांतीची दोन मुख्य तत्त्वे आहेत. अशाप्रकारे सावरकरांचे धर्म व विज्ञानाबाबतचे विचार सांगता येतात.

सराव प्रश्न

१) सावरकरांचा हिंदुत्वाचा सिद्धान्त स्पष्ट करा.

२) सावरकरांचे भारतातील ब्रिटिश राजवट याबाबतचे आकलन व टीका स्पष्ट करा.

३) जातविषमता निमूर्लनाबाबतचे सावरकरांचे विचार सांगा.

४) सावरकरांचे धर्म व विज्ञानाबाबतचे विचार स्पष्ट करा.

प्रकरण ८

अबुल कलाम आझाद (१८८८-१९५८)
(Abul Kalam Azad)

अ) राष्ट्रवादाचा सिद्धान्त (Theory of Nationalism)

ब) इस्लामबाबतचे विचार (Interpretation of Islam)

क) जातीय एकोपाबाबतचे विचार (Views on Communal Harmony)

ब) अखिल मुस्लिम एकतावाद (Pan-Islamism)

अल्प परिचय

आधुनिक भारतीय राजकीय विचारवंतांमध्ये अबुल कलाम आझाद यांचे स्थान अतिशय महत्त्वपूर्ण आहे. हिंदुस्थानमध्ये ब्रिटिश राजवट आल्यानंतर आधुनिक शिक्षणपद्धती आली. या शिक्षणपद्धतीतून आधुनिक विचारांचा स्वीकार केलेली एक पिढी तयार झाली. त्यामध्ये अबुल कलाम आझाद हे एक आहेत. आधुनिक भारतीय राजकीय विचारांमध्ये मुस्लीम विचारवंतांचे योगदान महत्त्वपूर्ण आहे. ब्रिटिश राजवटीला स्वीकार व विरोध करणारे असे परस्परविरोधी दोन गट अस्तित्वात होते. मुस्लीम समाजातील काही सुधारक सुधारणावादी तर काही सुधारक हे कट्टर इस्लामवादी असलेले दिसतात. अबुल कलाम आझाद हे ब्रिटिश सत्तेचे विरोधक होते, परंतु सामाजिक सुधारणांच्या बाबतीत पुरोगामी होते, कारण त्यांनी पाश्चात्त्य उदारमतवादी शिक्षण घेतलेले होते, तसेच त्यांनी धर्मनिरपेक्षतेचादेखील स्वीकार केलेला होता.

आझादांचा जन्म १८८८ साली मक्का येथे झाला. मोहिउद्दीन अहमद हे त्यांचे खरे नाव आहे. अबुल कलाम ही पदवी आहे, तर आझाद हे त्यांचे टोपणनाव आहे. आझादांवर सर्वांत जास्त प्रभाव त्यांच्या वडिलांचा होता. वडिलांच्या कठोर शिस्तीमुळेच आझादांनी वेगवेगळ्या भाषा अवगत केल्या. मुस्लीम हे ब्रिटिशांचे हस्तक आहेत.

ब्रिटिश मुस्लिमांचा स्वातंत्र्य लढ्याविरोधी वापर करून घेत होते, याची आझादांना जाणीव होती. त्या काळात आझादांनी राष्ट्रीय आंदोलनामध्ये क्रांतिकारक गटांमध्ये सक्रिय सहभाग घेतला. हा त्यांच्या जीवनाचा प्रारंभीचा टप्पा होता. दुसऱ्या टप्प्यामध्ये आझादांवर इस्लाम धर्माचा प्रचंड प्रभाव जाणवतो. मानवाच्या सर्व समस्या सोडविण्याची ताकद इस्लाम तत्त्वज्ञानामध्ये आहे, यांवर त्यांचा विश्वास होता. त्यांनी पॅन–इस्लामवादाचे समर्थन केले आहे. १९१२ साली त्यांनी अल हिलाल नावाचे साप्ताहिक सुरू केले. मुसलमानांनी राजकारणापासून अलिप्त न राहता सक्रिय सहभाग घेतला पाहिजे असे त्यांचे म्हणणे होते. ब्रिटिश सत्तेच्या विरोधात मुस्लिमांनी राष्ट्रीय स्वातंत्र्य आंदोलनात सक्रिय सहभाग घेऊन राष्ट्रीय प्रवाहाशी एकरूप व्हावे असे मत त्यांनी मांडले, तर जीवनाच्या तिसऱ्या टप्प्यावरती त्यांनी मुस्लीम जमातवादाला विरोध करत धर्मनिरपेक्ष राष्ट्रवादाचा स्वीकार केला. आझादांनी वेगळ्या पाकिस्तानच्या मागणीला विरोध केला. इंडिया विन्स फ्रीडम या ग्रंथाच्यामार्फत आझादांनी फाळणीबाबतची आपली भूमिका स्पष्ट केली. थोडक्यात, आझादांनी ब्रिटिश सत्तेला विरोध केला, त्याचबरोबर लोकशाही, धर्मनिरपेक्षता यावर आधारलेल्या राष्ट्रवादाचा स्वीकार करीत, बुद्धीप्रामाण्यवादाचा अवलंब करून हिंदू–मुस्लीम ऐक्याचा पुरस्कार केला. कोणताही विचार जसाच्यातसा न स्वीकारता तो तर्काच्या, बुद्धिच्या आधारे तपासून, समाजाच्या हिताचा विचार त्यांनी स्वीकारला, त्यामुळे आझाद हे इतर विचारवंतांपेक्षा वेगळे ठरतात. आझादांनी तर्जूमानुल कुराण, इंडिया विन्स फ्रिडम, तजकिरा यासारख्या ग्रंथाचे लेखन केले.

अ) राष्ट्रवादाचा सिद्धान्त

प्रस्तावना

आझादांनी जे राष्ट्रवादविषयक विचार मांडले, ते विचार त्याच्या हिंदू–मुस्लीम ऐक्याच्या विचारांशी सुसंगत असे विचार आहेत. हिंदू व मुस्लीम हे दोघेही हिंदुस्थानचे घटक आहेत. भारतीय मुस्लीम हे हिंदुस्थान राष्ट्राचे घटक आहेत. केवळ धर्माच्या नावाखाली त्यांनी स्वत:ला भारतीय समाजापासून वेगळे करून स्वतंत्र राष्ट्राची मागणी करू नये असे स्पष्ट विचार आझादांनी मांडले. यांचा अर्थ, मुस्लिमांनी केवळ धर्म या घटकाच्या आधारे आपला वेगळा राष्ट्रवाद व राष्ट्र निर्माण करू नये, कारण ते हिंदुस्थानचाच एक अविभाज्य घटक आहेत. इस्लाममध्येदेखील प्रेम, बंधुता ही तत्त्वं आहेत व मुस्लिमांनी या तत्त्वांचा स्वीकार केला पाहिजे. प्रेषितानेदेखील मुस्लीम समाजाशिवायच्या समाजाबरोबर शांतता करार करून एकत्र राहण्यावर भर दिलेला

आहे, त्यामुळे मुस्लिमांनी स्वत:चे राष्ट्र निर्माण करण्याचा विचार सोडून प्रेषितांच्या शिकवणुकीप्रमाणे १) बहुधार्मिक एकतेवर आधारलेल्या राष्ट्रवादाचा स्वीकार केला पाहिजे अशी त्यांनी मांडणी केली. याचाच अर्थ, इस्लाम धर्माच्या नावाखाली कोणालाही विरोध करण्याची व धर्मावर आधारलेले राष्ट्र स्थापन करण्याची शिकवण देत नाही असा परखड विचार आझादांनी मांडला.

२) मवाळ व जहाल मार्गाला नकार देऊन समन्वयावर भर

मुस्लीम समाजामध्येदेखील मवाळ व जहाल असे दोन प्रकारचे गट होते. मवाळ लोक हे ब्रिटिश सरकारला अनुकूल होते. आधुनिक शिक्षण व विचारांचा स्वीकार करणारे होते. त्यांनी इस्लामचा बुद्धिनिष्ठ दृष्टिकोनातून अर्थ लावण्याच्या व मुस्लीम समाजात सामाजिक सुधारणा करण्यावर भर दिला. जीना यांनी काँग्रेस ही हिंदूंची संघटना आहे म्हणून तिला विरोध केला व मुस्लीम लीग या संघटनेची स्थापना केली. स्वातंत्र्य आंदोलनात सहभागी न होता अल्पसंख्याक असलेल्या मुस्लिमांसाठी स्वतंत्र मतदारसंघाची मागणी व नंतर त्यांनी द्वि-राष्ट्रवादाचा सिद्धान्त मांडून स्वतंत्र पाकिस्तानची मागणी व निर्मिती यावर या मवाळांनी भर दिला.

तर जहाल मुस्लीमवादी गट सामाजिक सुधारणांना विरोध करित होता, परंतु तो ब्रिटिश सत्तेलादेखल विरोध करीत होता. तो एक धर्मयुद्धाचा भाग मानीत होता त्यामुळे या नेत्यांनी काँग्रेसच्या स्वातंत्र्य आंदोलनाला पाठिंबा दिला.

आझादांच्या विचारात मात्र या दोहोंचा समन्वय दिसून येतो. त्यांनी जहालवाद्यांचा, 'ब्रिटिश सत्तेला मुस्लिमांनी विरोध केला पाहिजे व त्यासाठी काँग्रेसला सहकार्य केले पाहिजे' हा विचार स्वीकारला, परंतु मवाळांप्रमाणे त्यांनी मुस्लीम समाजामध्ये सामाजिक सुधारणा करण्याच्या विचाराचा स्वीकार केला. आधुनिक विचार, शिक्षणपद्धती याचा त्यांनी स्वीकार केला. याचाच अर्थ, जहालांमधील ब्रिटिश सत्तेला विरोध, तर मवाळांमधील मुस्लीम समाजामध्ये सामाजिक सुधारणा हा मध्यम मार्ग त्यांनी स्वीकारला व या मध्यम मार्गावर आधारलेला राष्ट्रवादी विचार त्यांनी मांडला. राष्ट्रवादासंबंधीचे त्यांचे विचारदेखील आधुनिक होते. इस्लामची मूलतत्त्वे व धर्मनिरपेक्षतेवर आधारलेला राष्ट्रवाद हे दोघेही परस्परांशी संबंधित आहेत. त्यांच्यामध्ये कोणत्याही प्रकारचा विरोधाभास नाही.

आझादांचा धर्मविषयक दृष्टिकोन बुद्धिवादी होता. आधुनिक राष्ट्रवाद व इस्लामचे बुद्धिनिष्ठ पालन यांचा आझादांनी समन्वय घातला. भारत हा बहुधार्मिक असल्यामुळे इस्लामची त्याला मान्यता आहे. इतर धर्मीयांबरोबर एका राष्ट्राचे नागरिक म्हणून राहण्यास इस्लामचा विरोध नाही असे आझाद सांगतात.

३) मुस्लीम समाजाचा स्वातंत्र्यलढ्यातील सहभाग

भारतातील मुस्लिमांनी सक्रियपणे स्वातंत्र्यलढ्यात भाग घेतला पाहिजे, त्यातच त्याचे हित आहे. 'फोडा आणि झोडा' या ब्रिटिशांच्या डावपेचाला मुस्लीम समाजाने बळी पडू नये. 'अल हिलाल' या वर्तमानपत्राच्या माध्यमातून त्यांनी प्रभावी लेखन करून मुस्लीम समाजामध्ये राष्ट्रवादाची भावना निर्माण केली. स्वातंत्र्य आंदोलनामध्ये मुस्लिमांनी भाग घेऊ नये हा मुस्लीम नेत्यांचा दृष्टिकोन कसा चुकीचा आहे हे आझादांनी आपल्या लेखणीद्वारे मुस्लीम समाजाला पटवून दिले. 'भारताला भविष्यकाळात स्वातंत्र्य मिळणार आहे. जेव्हा केव्हा भारतीय स्वातंत्र्यलढ्याचा इतिहास लिहिला जाईल त्यावेळी मुस्लिमांचा या स्वातंत्र्यलढ्यात सहभाग नाही असे इतिहासामध्ये लिहिलेले तुम्हाला आवडेल का?' असे विचार आझादांनी मांडले. एकीकडे आझाद मुस्लीम समाजाला स्वातंत्र्यलढ्यात सहभागी होण्यासाठी प्रेरित करीत होते तर दुसरीकडे मुस्लीम लीगच्या धोरणास विरोध करीत होते. इस्लामच्या तत्त्वानुसार खरा मुस्लीम कधीही गुलामगिरी स्वीकारत नाही. एक वेळेस तो मृत्यू स्वीकारेल परंतु गुलामगिरी स्वीकारण्यास तयार होणार नाही. मुस्लिमांना ब्रिटिशांची गुलामगिरी कधीही मान्य होऊ शकत नाही.

राष्ट्रीय मुस्लीम पक्ष

१९२९ साली काँग्रेसच्या अंतर्गत राष्ट्रीय मुस्लीम पक्ष स्थापन करण्यात आला होता. आझाद त्याचे अध्यक्ष होते. हा पक्ष जमातवादी संघटना स्थापनेच्या विरोधात होता व सर्वधर्मीयांचे एक राष्ट्र या तत्त्वाचा स्वीकार करणारे होते. मुस्लिमांनी आपल्या वेगळ्या मागण्या सोडून स्वातंत्र्य लढ्यात सहभागी होण्यावर या पक्षाने भर दिला. जातीय निवाड्यानुसार मुस्लिमांना कायदेमंडळात राखीव जागा व मतदारसंघ जाहीर झाले, त्यास आझादांनी विरोध केला. 'भारतातील मुस्लीम समाजाचे प्रतिनिधित्व मुस्लीम लीग करते' याचा प्रतिवाद करीत काँग्रेसही सर्व भारतीयांचे प्रतिनिधित्व करणारी संघटना आहे असे आझादांचे मत होते.

धार्मिकता व संकुचित मनोवृत्ती यापासून अलिप्त झालेला राष्ट्रवाद पुरोगामी असतो अशी आझादांची भूमिका होती. राष्ट्रभावना ही जागतिक शांतता व ऐक्याला अनुकूल अशीच असली पाहिजे. समान भूप्रदेश, इतिहास, संस्कृती या आधारे नागरिकांमध्ये एकीची भावना निर्माण होऊन राष्ट्रवादाचा विकास होत असतो. समाज भावनेच्या विकासातील सर्वोच्च टप्पा राष्ट्रवाद हा असतो. लोकांच्या निष्ठा फक्त राष्ट्रावर असतात, तेव्हाच राष्ट्रवाद साकारतो. आक्रमक व बचावात्मक असे आझादांनी राष्ट्रवादाचे दोन प्रकार सांगितले आहेत. राष्ट्रवादाचे स्वरूप जर आक्रमक नसेल, तरच

इस्लाम त्याचा स्वीकार करतो. याचाच अर्थ, इस्लाम आक्रमक राष्ट्रवादाला नकार देतो, असा विचार आझाद मांडतात.

सारांश

अशा प्रकारे एकीकडे ब्रिटिश सत्तेला विरोध करणारा तर दुसरीकडे मुस्लिमांना स्वातंत्र्यलढ्यात सहभागी होण्यासाठी प्रेरणा देणारा राष्ट्रवादी विचार आझादांनी मांडला.

ब) इस्लामबाबतचे विचार

प्रस्तावना

आझादांवर लहानपणापासून इस्लामचे संस्कार झाले होते. कुराण या धर्मग्रंथाचा अभ्यास त्यांनी लहानपणीच केला होता. केवळ धार्मिक शिक्षण घेऊन न थांबता त्यांनी पाश्चात्त्य शिक्षण घेतले. बायबलसारख्या इतर धर्मग्रंथांचा अभ्यास केला. इस्लामच्या परंपरेत मुस्लीम समाजाने गुंतून न राहता पाश्चात्त्य विद्येचा स्वीकार केला पाहिजे, हा विचार त्यांनी मांडला. इतर धर्मांचा द्वेष किंवा धार्मिक असहिष्णूता चुकीची आहे. आझादांची धार्मिक श्रद्धा ही बुद्धी, बंधुत्व, मानवता, सहिष्णूता या तत्त्वांवर आधारलेली आहे.

१) धर्माचा बुद्धीनिष्ठ आधार

आझादांनी 'कुराण भाष्य' या ग्रंथामध्ये मुस्लीम प्रथा, परंपरांची व कुराणाची ऐतिहासिक व बुद्धिनिष्ठ दृष्टीने चिकित्सा केली. इस्लाम धर्मग्रंथांचा त्यांनी बुद्धीच्या आधारे अर्थ लावण्याचा प्रयत्न केला. ईश्वर हा एक आहे व त्यावर श्रद्धा ठेवावी. महंमद हा ईश्वराचा प्रेषित असल्याकारणाने त्यावर श्रद्धा ठेवावी. कुराणातील तत्त्वांवर विश्वास ठेवणे आझादांना महत्त्वाचे वाटत होते.

२) धार्मिक तत्त्वे

१) सर्व धर्म मानवाच्या कल्याणाचा विचार मांडतात.

२) एकाच परमेश्वराची उपासना केल्याने मानवामध्ये ऐक्य निर्माण होते.

३) विविध धर्मांतील तत्त्वे परस्परांना पूरक आहेत.

४) मानवाचे कल्याण हे धर्माचे उद्दिष्ट असते.

५) योग्य वर्तणूक करणे.

६) सर्व धर्म बंधुत्वाचा संदेश देतात.

वरील सर्व तत्त्वे इस्लाममध्येदेखील आहेत. याच दृष्टिकोनातून आझाद कट्टर धार्मिक मुस्लीम नेत्यांना विरोध करतात. धार्मिक कट्टरपणा हा मुस्लिमांच्या व देशाच्या हिताचा नाही असे सांगतात.

३) इस्लाममधील शिकवणूक किंवा तत्त्वे

मुस्लिमांनी त्यांच्या धार्मिक ग्रंथाबाबत आदर बाळगला पाहिजे. धर्माच्या नावाखाली हिंसाचार व जुलूम करण्यास इस्लाम विरोध करतो, तसेच परधर्मीयांच्या धार्मिक स्थळांबद्दल आदर बाळगला पाहिजे, ही शिकवण इस्लाम देतो यावर आझाद भर देतात.

सारांश

आझादांच्या विचारांमध्ये धर्मनिष्ठ व आधुनिक विचार यांचा समन्वय दिसतो. आझादांनी धार्मिकतेला विरोध केला. कुराणामध्ये सांगितलेला मूळ अर्थ शोधण्याचा प्रयत्न केला. मुस्लीम समाजाने परंपरागत न राहता आधुनिकतेचा स्वीकार करावा यासाठी त्यांनी आग्रह धरला. या त्यांच्या विचारांमुळे त्यांना परंपरानिष्ठ मुस्लीम नेत्यांकडून विरोध झाला, परंतु त्यांनी या विरोधाला न जुमानता मुस्लीम समाजाच्या कल्याणाच्या दृष्टीने प्रयत्न केले. इस्लामचा बुद्धिनिष्ठ अर्थ लावला व तो मुस्लीम समाजाने स्वीकारावा यासाठी प्रयत्न देखील केला.

क) आझाद यांचे जातीय एकोपाबाबतचे विचार

प्रस्तावना

आझादांनी नेहमीच जमातवादी राजकारणाला विरोध केलेला दिसतो आणि सामाजिक शांततेचा पुरस्कार केलेला दिसतो. भारत या देशाचे ऐक्य हे हिंदू-मुस्लीम ऐक्यावरतीच आधारलेले आहे. हिंदू बहुसंख्याक व मुस्लीम अल्पसंख्याक अशी भारतामध्ये स्थिती आहे. बहुसंख्याक हिंदू धर्मियांकडून अल्पसंख्याक असलेल्या मुस्लीम धर्मीयांना देशाच्या मुख्य प्रवाहापासून दूर ठेवण्याचा प्रयत्न केला जाऊ शकतो. परंतु मुस्लीम समाजाने स्वत:ला मुख्य प्रवाहापासून अलिप्त न ठेवता त्या प्रवाहाशी एकरूप झाले पाहिजे, तरच देशाचे ऐक्य व एकात्मता टिकवून ठेवता येईल यावर आझादांचा ठाम विश्वास होता.

१) संमिश्र संस्कृतीचा स्वीकार : इराण किंवा मध्य आशियातून मुस्लीम भारतात आले असले, तरीसुद्धा ते तेथील आपली संस्कृती व जीवनपद्धती प्रत्यक्ष जीवनात अमलात आणू शकत नाहीत, तसेच हिंदू समाजालादेखील मुस्लीम येण्यापूर्वीची त्याची संस्कृती आहे तशी जतन करता येणार नाही. याचा अर्थ हिंदू-मुस्लीम दोघांच्या असणाऱ्या संस्कृती व जीवनपद्धती या इतिहासजमा झालेल्या आहेत. त्यामुळे या दोन्ही समाजांनी आता संमिश्र संस्कृतीचा स्वीकार केला पाहिजे. 'आधी कोण? मुस्लीम की हिंदू हा विचारच योग्य नाही' असे आझाद मानतात. याऐवजी हिंदू-मुस्लीम यांच्या सामाजिक व्यवहारातून जी संस्कृती निर्माण झाली आहे. तिचा स्वीकार

व अभिमान या दोन धर्मीयांनी बाळगला पाहिजे. साहित्य, कला, संस्कृती, भाषा, रूढी, पोशाख अशा कोणत्याही बाबतीत पुनरुज्जीवन नको असे आझाद मानतात, कारण सामाजिक पुनरुज्जीवन हा प्रगतीतील फार मोठा अडथळा आहे, असे आझादांचे म्हणणे आहे.

२) **हिंदू-मुस्लीम ऐक्याचा पुरस्कार :** आझादांच्या राजकीय विचारांचा पाया हिंदू-मुस्लीम ऐक्य हा आहे. आझादांनी हिंदू-मुस्लीम ऐक्य व सहकार्य यावरती भर दिल्याने त्यांनी त्या संदर्भात इस्लाम धर्माचा नवा अन्वयार्थ शोधून काढला. इस्लाममध्ये परधर्माबद्दल द्वेष नाही; उलट आपुलकी, प्रेम, मायाच सांगितलेली आहे. हा नवा इस्लामचा अन्वयार्थ त्यांनी जगासमोर मांडला. भारतीय मुसलमानांना आझाद सांगतात की, जर इस्लाममध्ये सांगितलेली तत्त्वे तुम्हाला आचरणात आणावयाची असतील, तर तुम्हाला हिंदू धर्मीयांशी सहकार्याने, प्रेमाने वागावे लागेल. त्याच्याशी बंधुत्वाच्या नात्याने वर्तन करावे लागेल.

३) **स्वातंत्र्यापेक्षा हिंदू-मुस्लीम ऐक्याला महत्त्व :** हिंदू-मुस्लीम यांच्या ऐक्याला तडा जाऊन जर स्वराज्य प्राप्त होणार असेल, तर ते स्वराज्य नको अशी ठाम भूमिका आझादांनी घेतली. स्वराज्य-स्वातंत्र्य की हिंदू-मुस्लीम ऐक्य असे दोन पर्याय माझ्या समोर ठेवले व त्यापैकी एकाची निवड करण्यास मला सांगितले, तर मी हिंदू-मुस्लीम ऐक्याच्या पर्यायांचा स्वीकार करेन. स्वर्गातून प्रेषित येऊन जर म्हणाला की, हिंदू-मुस्लीम ऐक्याकडे दुर्लक्ष करा आणि चोवीस तासांत स्वातंत्र्य मिळवा. तरीदेखील मी त्यास नकार देईन, कारण हिंदू-मुस्लीम यांच्या संघर्षातून केवळ भारताचे नुकसान होणार नाही, तर ते संपूर्ण मानवजातीचे नुकसान होणार आहे. याच दृष्टिकोनातून त्यांनी हिंदुस्थानच्या फाळणीला विरोध केलेला दिसतो.

४) **जमातवादाच्या प्रश्नाची सोडवणूक :** लोकांपुढील सामाजिक व आर्थिक प्रश्न मोठे असतात. त्याची सोडवणूक होणे गरजेचे असते; जर आर्थिक प्रश्नांची सोडवणूक झाली नाही, तर लोकांच्या धार्मिक भावनांचा आधार घेऊन त्यांचे जमातवादी संघर्षात रूपांतर केले जाते. याचा अर्थ जमातवादी संघर्ष हा धार्मिक असत नाही, तर तो आर्थिक असतो. हिंदू असो किंवा मुस्लीम असो त्याच्या आर्थिक प्रश्नांची सोडवणूक झाली तर तो जमातवादाकडे वळणार नाही.

भारतीय राज्यघटनेमध्ये हिंदू-मुस्लीम यांचा विचार स्थान व हितसंबंध या आधारे करावा लागेल. प्रत्येकाला विकासाची समान संधी दिली गेली पाहिजे, तसेच प्रत्येकाला आर्थिक स्वातंत्र्याची हमी राज्यघटनेने दिली पाहिजे, तरच समाजामध्ये हिंदू व मुस्लीम यांच्यामध्ये सामाजिक शांततेचे वातावरण निर्माण होईल.

अबुल कलाम आझाद (१८८८-१९५८) / १२५

एकूणच आझादांनी मांडलेला सामाजिक शांततेचा विचार हा हिंदू-मुस्लीम यांच्या ऐक्याचा विचार आहे. देशाचे भविष्य, ऐक्य, एकात्मता, राष्ट्रबांधणी, विकास हे सर्व हिंदू-मुस्लीम ऐक्यावरच आधारलेले आहे असे आझाद ठामपणे मांडतात. धर्माच्या नावाखाली केलेल्या फाळणीला आझाद विरोध करतात, कारण यातून या दोन धर्मीयांमध्ये परस्परांबद्दल केवळ द्वेष निर्माण होणार आहे व हा द्वेष संपूर्ण मानवजातीसाठी धोकादायक असणार आहे. आझाद स्वराज्यापेक्षादेखील हिंदू-मुस्लीम ऐक्याला महत्त्व देतात. आझादांचा हा विचार समकालीन भारतातील परिस्थितीवर उपाय सुचविण्यासाठी दीपस्तंभासारखा मार्गदर्शक आहे; तितकाच उपयुक्त व वास्तववादी आहे.

सारांश

आझादांच्या विचारांची प्रेरणा इस्लाम होती, परंतु ते कधीही धर्मवादी नव्हते. रोमँटिक धर्मवादी म्हणून त्यांनी जीवनाच्या काही काळापुरता पॅन इस्लामवादाचा स्वीकार केला, परंतु नंतर त्यातून बाहेर पडून त्यांनी धर्मनिरपेक्ष संमिश्र राष्ट्रवादाचा स्वीकार केला. आझादांकडे परिस्थितीचे आकलन करून घेण्याची दृष्टी होती. त्यानुसारच त्यांनी आपल्या कार्यक्रमाची आखणी केली. आझादांनी संमिश्र राष्ट्रवादाकडे रशियाचा आदर्श म्हणून पाहिले. विवेक, मानवता, प्रेम या मूल्यांवर ते हिंदू-मुस्लिमांना एकत्र आणीत होते. इस्लामचा लावलेला आधुनिक अर्थ व भारतीय राष्ट्रवादाची त्यांनी केलेली मांडणी आजही उपयुक्त आहे.

ड) अखिल मुस्लीम एकतावाद

मौलाना अबुल कलाम आजाद काँग्रेस व मुस्लीम लिगचे सदस्य होते. १९२१ मध्ये मुस्लीम लिगने सविनय आंदोलनावर टीका केली. त्यानंतर आजाद यांनी लिगचे संबंध तोडले.

हिंदूंसाठी स्वातंत्र्य मिळवणे देशमुक्ती आहे; तर मुस्लिमांचे ते एक धार्मिक कर्तव्य आहे. असे आजाद यांचे मत होते. त्यामध्ये इस्लाम धर्मियांच्या सामाजिक आणि राजकीय ऐक्याचा विचार होता. परंतु, हिंदू विरोध मात्र नव्हता. आजाद ज्यूविरोधी, पाश्चात्त्य संस्कृती विरोधी नव्हते. तसेच ते अमेरिका विरोधी नव्हते. इस्लामनिष्ठ आजाद होते. त्याखेरीज आजाद काँग्रेसनिष्ठ होते. त्यांचा राष्ट्रवाद हा भारतीय राष्ट्रवाद होता म्हणूनच त्यांनी हिंदू-मुस्लीम ऐक्यांचा कार्यक्रम राबवला होता. विषमता, पंथभेद, वंश भेद, यांना त्यांचा सुधारणाविषयक भूमिकेतून विरोध होता. त्यांनी अखिल मुस्लीम एकतावादाचा पुरस्कार म्हणून विषमता, पंथभेद, वंशभेद यांना त्यांनी विरोध केला नाही. आजादांनी सर्व मुस्लिमांच्या ऐक्याचा प्रयोग

केला नाही. त्यांनी मुस्लीम लिगच्या पाकिस्तान राष्ट्रास विरोध केला. त्यांनी भारतात राष्ट्राचे समर्थन केले होते.

———————————

सराव प्रश्न

१) आझादांचा राष्ट्रवादाचा सिद्धान्त स्पष्ट करा.

२) इस्लामबाबतचे आझादांचे विचार सांगा.

३) आझादांचे जातीय एकोप्याबाबतचे विचार सांगा.

४) आझादांनी मांडलेला अखिल मुस्लीम एकतावाद स्पष्ट करा.

पारिभाषिक शब्दसूची

Annihilate the Caste System - जातव्यवस्थेचे निमूर्लन

Brahmanism - ब्राह्मणवाद

Caste Discrimination - जातीय विषमता

Caste System - जात व्यवस्था

Communal Harmony - जातीय एकोपा

Emancipation - मुक्ती

Marxism - मार्क्सवाद

Nationalism - राष्ट्रवाद

Non-Violence - अहिंसा

Radical Humanism - मूलग्राही मानवतावाद

Radical Liberalism - मूलग्राही उदारमतवाद

Religion - धर्म

Social Democracy - सामाजिक लोकशाही

Social Reforms - सामाजिक सुधारणा

State Socialism - राज्य समाजवाद

Western Civilization - पाश्चिमात्य संस्कृती

संदर्भसूची

1) Adi H Doctor, 1997, Political Thinkers of Modern India, Mittal Pub., New Delhi.

2) Bhikhu Parekh, Thomas Pantham, 1987, Political Discourses : Explorations in Indian and Western Political Thought, Sage Pub. New Delhi.

3) Bidyut Chakraborty, Rajendra Kumar Pandey, 2009, Modern Indian Political Thought, Sage Pub., New Delhi.

4) Bidyut Chkraborty, 2006, Social and Political Thought of Mahatma Gandhi, Routledge, New York.

5) Jha Shefali, 2010, Western Political Thought from plato to marx, pearson New Delhi.

6) Mitra Nandan Jha, 1975, Modern Indian Political Thought : Ram Mohan Roy to present Day, Meenakshi Prakashan.

7) N. Jayapalan, 2000, Indian Political Thinkers, Atlantic Pub., New Delhi.

8) N. R. Inamdar, 1983, Political Thought and Leadership of Lokmanya Tilak, concept pub., New Delhi.

9) Prabhakar Janardhan Jagirdar, 1963, Studies in the Social Thought of M. G. Ranade, Asia Publishing House.

10) Sharma Urmila, S. K. Sharma, 2001, Indian Political Thought, Atlantic Pub., New Delhi.

११) कीर धनंजय, २००८, महात्मा जोतीराव फुले, पॉप्युलर प्रकाशन, पुणे.

१२) केळकर भा. कृ., १९८१, टिळक विचार, विद्या प्रकाशन, पुणे.

१३) गोखले आर. एम., १९७९, आधुनिक भारतीय राजकीय विचारवंत, कॉन्टिनेन्टल प्रकाशन, पुणे.

१४) जागीरदार पी. जे., १९९०, महादेव गोविंद रानडे, माहिती व नभोवाणी मंत्रालय भारत सरकार, नवी दिल्ली.

१५) जावडेकर शं. द. २००१, आधुनिक भारत, कॉन्टिनेन्टल प्रकाशन, पुणे.

१६) नांदेडकर व. गो., २०११, राजकीय विचार आणि विचारवंत, डायमंड पब्लिकेशन्स, पुणे.

१७) बगाडे उमेश, २०१०, महात्मा जोतीराव फुले, गंधर्व वेद प्रकाशन, पुणे.

१८) बेन्नूर फकरुद्दीन, मौलाना आझाद आणि संमिश्र राष्ट्रवाद, परिवर्तनाचा वाटसरु, अंक – ११, १२, ११ ऑक्टोबर ते ३१ २००३, पुणे.

१९) भोळे भा. ल., २००३, आधुनिक भारतातील राजकीय विचार, पिंपळापुरे प्रकाशन, नागपूर.

२०) भोळे. भा. ल. २००५, भारतीय राजकीय विचारवंत, पिंपळापुरे प्रकाशन, नागपूर.

२१) मुळीक आर. जी., १९९७, भारतीय राजकीय विचारवंत, मुळीक प्रकाशन, सांगली.

२२) शिंदे ज. रा., १९९९, भारतीय राजकीय विचारवंत, कैलास पब्लिकेशन्स, औरंगाबाद.

२३) श्रृंगारपूरे अरविंद, २०११, समग्र भारतीय व पाश्चात्य राजकीय विचारवंत, विद्या प्रकाशन, नागपूर.